കമ്യൂണിസ്റ്റ് പ്രസ്ഥാനം ഇന്ത്യയിൽ

communist prasthanam indiayil

●

c bhaskaran

●

first edition
november 2007

●

second edition
september 2008

●

third edition
may 2012

●

fourth edition
february 2014

●

typesetting and published
chintha publishers, thiruvananthapuram

●

cover
shahul aliyar

വിതരണം

ദേശാഭിമാനി ബുക്ക് ഹൗസ്

H O തിരുവനന്തപുരം–695 035
phone: 0471-2303026, 6063026
www.chinthapublishers.com
chinthapublishers@gmail.com

ബ്രാഞ്ചുകൾ

ഹെഡ്ഡാഫീസ് ബ്രാഞ്ച് കുന്നുകുഴി • ഓവർബ്രിഡ്ജ് തിരുവനന്തപുരം • സ്റ്റാച്യു തിരുവനന്തപുരം • കെ എസ് ആർ ടി സി ബസ് സ്റ്റേഷൻ ആലപ്പുഴ • കെ എസ് ആർ ടി സി ബസ് സ്റ്റേഷൻ എറണാകുളം • മച്ചിങ്ങൽ ലെയ്ൻ തൃശൂർ • ഐ ജി റോഡ് കോഴിക്കോട് • മാവൂർ റോഡ് കോഴിക്കോട് • എൻ ജി ഒ യൂണിയൻ ബിൽഡിങ് കണ്ണൂർ • സെൻട്രൽ ബസ് ടെർമിനൽ കോംപ്ലക്സ് താവക്കര കണ്ണൂർ

CR - 1346 / 3399

കമ്യൂണിസ്റ്റ് പ്രസ്ഥാനം ഇന്ത്യയിൽ

സി ഭാസ്കരൻ

ചിന്ത പബ്ലിഷേഴ്സ്
തിരുവനന്തപുരം-695 035

സി ഭാസ്കരൻ

1945 ഡിസംബർ 15 ന് കണ്ണൂർ ജില്ലയിലെ വേങ്ങാട് കിഴ ക്കേത്തെരുവ് ചേമ്പൻ വീട്ടിൽ, നെയ്ത്തുതൊഴിലാളിയായ ശങ്കരന്റെയും അലോക്കൽ കുഞ്ഞിയുടെയും മൂത്തമക നായി ജനനം. വേങ്ങാട് എൽ പി സ്കൂൾ, വട്ടിപ്രം യു പി സ്കൂൾ, പാതിരിയാട് ഹൈസ്കൂൾ, കണ്ണൂർ എസ് എൻ കോളേജ്, എറണാകുളം–തിരുവനന്തപുരം ലോകോളേജു കൾ എന്നിവിടങ്ങളിൽ വിദ്യാഭ്യാസം.

ബാല്യകാലം മുതൽക്കേ കമ്മ്യൂണിസ്റ്റുപ്രസ്ഥാനവുമായി ബന്ധപ്പെട്ടു. 1966 ൽ പാർട്ടി അംഗമായി. കെ എസ് എഫിന്റെ സംസ്ഥാന സെക്രട്ടറിയായി പ്രവർത്തിച്ചു. 1970 ഡിസംബ റിൽ എസ് എഫ് ഐ രൂപീകരിച്ചപ്പോൾ ആദ്യത്തെ അഖി ലേന്ത്യാ പ്രസിഡന്റായി. 1974 വരെ പ്രസിഡന്റ് സ്ഥാനത്തു തുടർന്നു. ഇന്ത്യയിലങ്ങോളമിങ്ങോളം നിരവധി വിദ്യാർഥി സമരങ്ങൾക്ക് നേതൃത്വം നൽകി. പൊലീസ് മർദനത്തിന് ഇരയായിട്ടുണ്ട്. എസ് എഫ് ഐ മുഖമാസികയായ *സ്റ്റുഡന്റിന്റെ* ആദ്യ എഡിറ്ററായിരുന്നു.

15 വർഷക്കാലം ചിന്തവാരികയുടെ പത്രാധിപസമിതിയംഗം. പിന്നീട് മരണംവരെ ചിന്ത പബ്ലിഷേഴ്സിന്റെ പത്രാധിപ രായിരുന്നു. കേരള യൂണിവേഴ്സിറ്റി സിൻഡിക്കേറ്റ് അംഗ മായും പ്രവർത്തിച്ചു,

മികച്ച സംഘാടകനും പ്രഭാഷകനുമായിരുന്നു. പരിഭാഷ കൾ ഉൾപ്പെടെ നിരവധി കൃതികൾ രചിച്ചു. കൂടാതെ രണ്ടു ഡസനിലേറെ ലഘുലേഖകളുടെയും കർത്താവാണ്. 2003–ലെ അബുദാബി ശക്തി അവാർഡ് ലഭിച്ചിട്ടുണ്ട്. ദീർ ഘകാലം ചികിത്സയിലായിരുന്ന സഖാവ് 2011 ഏപ്രിൽ 9 ന് ചെന്നെയിലെ സ്വകാര്യ ആശുപത്രിയിൽ വച്ച് അന്തരിച്ചു. *ദേശാഭിമാനി ന്യൂസ്* എഡിറ്ററായി വിരമിച്ച തുളസിഭാസ്ക രനാണ് ഭാര്യ. മക്കൾ : ദിനേഷ്, മനേഷ്. മരുമക്കൾ : ലേഖ, പൊന്നി.

ഉള്ളടക്കം

1

ഇന്ത്യൻ കമ്യൂണിസ്റ്റ് പ്രസ്ഥാനം രൂപംകൊണ്ടതെപ്പോൾ?

ഇന്ത്യൻ കമ്യൂണിസ്റ്റ്പ്രസ്ഥാനം രൂപംകൊണ്ടിട്ട് 2007 ഒക്ടോബർ 17ന് 87 വർഷം തികഞ്ഞു.പഴയ സോവിയറ്റ്യൂണിയനിലെ ദക്ഷിണനഗ രമായ താഷ്കണ്ടിലാണ് അത് രൂപമെടുത്തത്. എം എൻ റോയി, അദ്ദേ ഹത്തിന്റെ ഭാര്യ എവലിൻ റോയി, അബനി മുഖർജി, അദ്ദേഹത്തിന്റെ ഭാര്യ റോസഫിറ്റിൻഗോഫ്, മുഹമ്മദലി, മുഹമ്മദ് ഷഫീക്,എം പി ബി ടി ആചാര്യ എന്നീ ഏഴുപേരാണ് സ്ഥാപകയോഗത്തിൽ പങ്കെടുത്തത്. ഷഫീക് സെക്രട്ടറിയായി തിരഞ്ഞെടുക്കപ്പെട്ടു. ഇതിന്റെ അടിസ്ഥാന ത്തിൽ 2007 ഒക്ടോബർ 17ന് ഇന്ത്യൻ കമ്യൂണിസ്റ്റ് പ്രസ്ഥാനത്തിന് 87 വയസ്സ് തികഞ്ഞതായി സി പി ഐ (എം) കണക്കാക്കുന്നു. സി പി ഐ ആകട്ടെ 2007ൽ 82 വർഷം തികഞ്ഞതായാണ് കണക്കാക്കുന്നത്.1925 ഡിസംബർ അവസാനമാണ് ഇന്ത്യൻ കമ്യൂണിസ്റ്റ്പ്രസ്ഥാനം രൂപംകൊ ണ്ടത് എന്നതിന്റെ അടിസ്ഥാനത്തിലാണ് ഈ കാലനിർണയം. ഇന്ത്യൻ കമ്യൂണിസ്റ്റ്പ്രസ്ഥാനത്തിന്റെ രൂപീകരണവർഷത്തെച്ചൊല്ലി സി പി ഐയും സി പി ഐ (എം)ഉം തമ്മിൽ അഭിപ്രായവ്യത്യാസമുണ്ടെന്ന് ഇതിൽ നിന്ന് വ്യക്തം. ഇങ്ങനെയൊരു അഭിപ്രായവ്യത്യാസം എങ്ങനെ യുണ്ടായി? ഇതിൽ ഏതാണ്ശരി? അത് മനസ്സിലാക്കണമെങ്കിൽ വസ്തു തകളുടെ അടിസ്ഥാനത്തിൽ ചരിത്രപരമായ ഒരു പരിശോധന നടത്തേ ണ്ടിയിരിക്കുന്നു.

വാസ്തവത്തിൽ ഈ അഭിപ്രായവ്യത്യാസം പെട്ടെന്നൊരുദിവസം പൊട്ടിപ്പുറപ്പെട്ടതല്ല. ഇന്ത്യൻ കമ്യൂണിസ്റ്റ് പ്രസ്ഥാനത്തിനകത്ത് പിളർപ്പു ണ്ടായതിനുശേഷം പൊട്ടിപ്പുറപ്പെട്ടതുമല്ല. അതിന് വർഷങ്ങളുടെ പഴ ക്കമുണ്ട്. 1920 സ്ഥാപനവർഷമായി അംഗീകരിക്കണമെന്ന് മുസഫർ അഹ മ്മദിനെപ്പോലുള്ള ആദ്യപഥികരിൽ ചിലർ വളരെ മുമ്പുതന്നെ വാദിച്ചു.

ഇന്ത്യയുടെ വിവിധ കേന്ദ്രങ്ങളിൽ പ്രവർത്തിച്ചുവന്ന കമ്യൂണിസ്റ്റ് ഗ്രൂപ്പു കളെ ഏകോപിപ്പിച്ച് ഇന്ത്യൻ മണ്ണിൽ കമ്യൂണിസ്റ്റ്പാർട്ടി ഓഫ് ഇന്ത്യ രൂപമെടുത്ത 1925 പാർട്ടിയുടെ സ്ഥാപനവർഷമായി കണക്കാക്കണമെന്ന് എസ് എ ഡാങ്കെ, എസ് വി ഘാട്ടെ തുടങ്ങിയവരും വാദിച്ചു.

ഈ സാഹചര്യത്തിൽ 1959 ൽ ചേർന്ന പാർട്ടിയുടെ നാഷണൽ കൗൺസിൽ ഈ പ്രശ്നം ചർച്ചചെയ്തു. 1925 ആണ് പാർട്ടിയുടെ സ്ഥാപ നവർഷമെന്ന് തീരുമാനിച്ചു. അതോടെ ആ തർക്കം താൽക്കാലികമായി അവസാനിച്ചു; തൽക്കാലത്തേക്കു മാത്രം.

എന്നാൽ,അഭിപ്രായവ്യത്യാസം പിന്നെയും ഉയർന്നുവന്നു. 1920 ആണ് പാർട്ടിയുടെ സ്ഥാപനവർഷമെന്ന് സ്ഥാപിക്കുന്നതിനുള്ള വസ്തു തകളും രേഖകളും ഒന്നൊന്നായി വെളിച്ചത്തുവരാൻ തുടങ്ങി. അതിന്റെ ഫലമായി പഴയ തീരുമാനം തിരുത്തേണ്ടതാണെന്ന അഭിപ്രായം ശക്തി പ്പെട്ടു. അതിനുമുമ്പ് പാർട്ടിക്കകത്തെ അഭിപ്രായവ്യത്യാസം മൂർചിക്കു കയും പാർട്ടിതന്നെ പിളർന്ന് രണ്ടാവുകയും ചെയ്തു. സി പി ഐ (എം) നിലവിൽ വന്നു. അപ്പോൾ പാർട്ടിയുടെ സ്ഥാപനവർഷത്തിന്റെ കാര്യ ത്തിൽ തീരുമാനമെടുക്കേണ്ട ചുമതല സി പി ഐ (എം) ന്റെ മുന്നിൽവ ന്നു. 1971 നവംബരിൽ ചേർന്ന സി പി ഐ (എം) കേന്ദ്രക്കമ്മിറ്റി ഈ പ്രശ്നം ചർച്ചചെയ്യുകയും 1920 ആണ് സ്ഥാപനവർഷമെന്ന് തീരുമാനി ക്കുകയും ചെയ്തു.അതുസംബന്ധിച്ച് ഒരു പ്രമേയം കേന്ദ്രക്കമ്മിറ്റി അംഗീ കരിച്ചു. സി പി ഐ ആവട്ടെ അതിന്റെ പഴയ തീരുമാനത്തിൽ ഉറച്ചുനി ന്നു. സി പി ഐ (എം) തീരുമാനത്തെ സി പി ഐ ചോദ്യം ചെയ്തു. 1975 ൽ തങ്ങളുടെ അമ്പതാംവാർഷികവേളയിൽ സി പി ഐ (എം) തീരുമാനത്തെ ചോദ്യം ചെയ്തുകൊണ്ട് ഘാട്ടെയെപ്പോലുള്ള നേതാ ക്കൾ *ന്യൂഏജിലും* മറ്റും ധാരാളംലേഖനങ്ങളെഴുതി. ആ ലേഖനങ്ങളിൽ അവർ തങ്ങളുടെ നിലപാടിനെ ന്യായീകരിക്കുകയും സി പി ഐ (എം)നിലപാട് അടിസ്ഥാനരഹിതമാണെന്ന് സ്ഥാപിക്കാൻ ശ്രമിക്കുകയും

കമ്യൂണിസ്റ്റ് ഇന്റർനാഷണലിന്റെ രണ്ടാം കോൺഗ്രസ്

ചെയ്തു. തങ്ങളുടെ നിലപാട് ശരിയാണെന്നും സി പി ഐ (എം) നില പാട് തെറ്റാണെന്നും സ്ഥാപിക്കാൻ സി പി ഐ മുന്നോട്ടുവെക്കുന്ന ന്യായവാദങ്ങൾ എന്തൊക്കെയാണ്?

ഒന്ന്: 1920 ൽ എം എൻ റോയി മുൻകൈയെടുത്ത് രൂപീകരിച്ച ഇന്ത്യൻ കമ്യൂണിസ്റ്റ് പാർട്ടി ജൻമമെടുത്തത് ഇന്ത്യയുടെ മണ്ണിലല്ല, വിദേശത്താണ്. അതുകൊണ്ട് വിദേശത്ത് രൂപംകൊണ്ട പാർട്ടിയെ ഇന്ത്യൻ കമ്യൂണിസ്റ്റ് പാർട്ടിയായയോ അത് രൂപംകൊണ്ട വർഷത്തെ പാർട്ടിയുടെ സ്ഥാപനവർഷമായയോ കണക്കാക്കാൻ സാധ്യമല്ല. ഒരു രാജ്യത്തെ കമ്യൂണിസ്റ്റ് പാർട്ടി ആ രാജ്യത്തിന്റെ നാലതിരുകൾക്കുള്ളിൽ മാത്രമേ രൂപം കൊള്ളാൻ പാടുള്ളുവെന്നും ആരാജ്യത്തിന്റെയും ജനങ്ങളുടെയും മോചനം ലാക്കാക്കിയായാൽപോലും വിദേശത്ത് രൂപംകൊള്ളുന്ന പാർട്ടിയെ ആ രാജ്യത്തിന്റെ പാർട്ടിയായി അംഗീകരിക്കാൻ കഴിയുകയില്ലെന്നുമാണല്ലോ ഈ വാദത്തിന്റെ പൊരുൾ. അതായത് ഓരോ രാജ്യത്തെയും കമ്യൂണിസ്റ്റ്പാർട്ടികൾ അതതുരാജ്യത്ത് രൂപംകൊണ്ടുവെങ്കിൽ മാത്രമേ അവയെ ആ രാജ്യത്തെ കമ്യൂണിസ്റ്റ്പാർട്ടികളായി അംഗീകരിക്കാൻ കഴിയു.

ഈ വാദം അംഗീകരിക്കാമോ? അംഗീകരിക്കുകയാണെങ്കിൽ വിയത്നാമിലെ കമ്യൂണിസ്റ്റ്പാർട്ടിയെ ആ രാജ്യത്തിലെ കമ്യൂണിസ്റ്റ് പാർട്ടിയായി കണക്കാക്കാൻ കഴിയില്ല. എന്തുകൊണ്ടെന്നാൽ ആ പാർട്ടി രൂപീകൃതമായത് വിയത്നാമിലല്ല, ചൈനയിലാണ്. കിഴക്കൻ യൂറോപ്പിലെ ചിലപാർട്ടികളെയെങ്കിലുംആരാജ്യങ്ങളിലെ കമ്യൂണിസ്റ്റ് പാർട്ടികളായി അംഗീകരിക്കാൻ കഴിയില്ല. എന്തുകൊണ്ടെന്നാൽ അവ രൂപം കൊണ്ടത് വിദേശമണ്ണിലാണ്. വിദേശമണ്ണിൽ കമ്യൂണിസ്റ്റ് പാർട്ടികൾ രൂപമെടുക്കുകയെന്നത് ലോകകമ്യൂണിസ്റ്റ് പ്രസ്ഥാനത്തിൽ പതിവുള്ളതാണ്. അതുകൊണ്ട് താഷ്കണ്ടിൽ ഇന്ത്യൻ കമ്യൂണിസ്റ്റ്പാർട്ടി രൂപംകൊണ്ടതിൽ അസാധാരണമായിട്ടൊന്നുമില്ല.ആ പാർട്ടിയെ ഇന്ത്യൻ കമ്യൂണിസ്റ്റ്പാർട്ടിയായി അംഗീകരിക്കുന്നതിലും തെറ്റില്ല.വിദേശമണ്ണിലാണ് രൂപംകൊണ്ടത് എന്നതിന്റെ പേരിൽ അതിനെ അംഗീകരിക്കാതിരിക്കുന്നത് ലോക കമ്യൂണിസ്റ്റ് പ്രസ്ഥാനത്തിലെ അനുഭവങ്ങളുടെ നിരാകരണമാണ്.

രണ്ട്: താഷ്കണ്ടിൽ രൂപംകൊണ്ട കമ്യൂണിസ്റ്റ്പാർട്ടിയെ കമ്യൂണിസ്റ്റ് ഇന്റർനാഷണൽ അംഗീകരിക്കുകയുണ്ടായില്ല. സി പി ഐയുടെ ഈ വാദം വസ്തുതകൾക്ക് നിരക്കാത്തതാണ്. അത്തെളിയിക്കുന്നതിന് ഒട്ടേറെ രേഖകൾ ഉദ്ധരിക്കാൻ കഴിയും. ചിലത് നോക്കാം.

(എ) താഷ്കണ്ടിൽ രൂപംകൊണ്ട ഇന്ത്യൻ കമ്യൂണിസ്റ്റ്പാർട്ടി അതിന്റെ പ്രവർത്തനം ജർമനിയിലെ ഇന്ത്യക്കാർക്കിടയിൽ വ്യാപിപ്പിച്ച പ്പോൾ അതിന്റെ മുഖപത്രമെന്ന നിലയിൽ *വാൻഗാർഡ്* എന്നൊരു ദൈവാരിക പ്രസിദ്ധീകരിക്കാൻ തുടങ്ങി. എഡിറ്റർ:എം എൻ റോയി. അത് 1923 മെയ് 15ന് അതിന്റെ ഒന്നാമത്തെ വാർഷികപ്രതിപ്പ് പുറത്തിറക്കി. അതിന്റെ ഒന്നാമത്തെ പേജിൽതന്നെ പേരിന്റെ അടിയിൽ ഇന്ത്യൻ കമ്യൂ

ണിസ്റ്റ് പാർട്ടിയുടെ കേന്ദ്ര മുഖപത്രം (സെക്ഷൻ കമ്യൂണിസ്റ്റ് ഇന്റർനാ ഷണൽ) എന്ന് അച്ചടിച്ചുവെച്ചു. കൂടാതെ അതേപേജിന്റെ മധ്യത്തിൽ ഒരു ബോക്സിനകത്ത് പ്രസ്തുത വാർഷികപ്പതിപ്പിന് ഇന്റർനാഷണ ലിന്റെ പ്രസീഡിയം അയച്ച ഒരുസന്ദേശവും കൊടുത്തിട്ടുണ്ട്. കമ്യൂണിസ്റ്റ് ഇന്റർനാഷണലിന്റെ ഒരു ഘടകമായിരുന്നു താഷ്കണ്ടിൽ രൂപംകൊണ്ട ഇന്ത്യൻ കമ്യൂണിസ്റ്റ്പാർട്ടി എന്നല്ലേ ഇത് കാണിക്കുന്നത്?

(ബി) കമ്യൂണിസ്റ്റ് ഇന്റർനാഷണലിന്റെ ചരിത്രപ്രധാനമായ പ്ലീനം 1926 നവംബർ 26 മുതൽ ഡിസംബർ 12 വരെ മോസ്കോവിൽ നടന്നു. ആ പ്ലീനത്തിന്റെ റിപ്പോർട്ട് രണ്ടുവാള്യങ്ങളിലായി റഷ്യയിൽ പ്രസിദ്ധീ കരിച്ചിട്ടുണ്ട്. റിപ്പോർട്ടിന്റെ ഒരു ഭാഗത്ത് പറയുന്നു:

1926 നവംബർ 26ന് നടന്ന ഏഴാം പ്ലീനത്തിന്റെ ഒന്നാമത്തെ സെഷ നിൽ ഇന്ത്യൻകമ്യൂണിസ്റ്റ്പാർട്ടിയുടെ പ്രതിനിധിയെന്ന നിലയിൽ റോയിയെ കോമിന്റേണിന്റെ പ്രസീഡിയത്തിലേക്കും ചൈനീസ്കമീഷ നിലേക്കും തിരഞ്ഞെടുത്തു.

റോയിയെ ഇന്ത്യൻ കമ്യൂണിസ്റ്റ് പാർട്ടിയുടെ പ്രതിനിധിയായിട്ടാണ് കണക്കാക്കിയതെന്ന് ഇതിൽനിന്നു വ്യക്തം. റോയിയാവട്ടെ,താഷ്കണ്ടിൽ ഇന്ത്യൻ കമ്യൂണിസ്റ്റ് പാർട്ടി രൂപീകരിക്കാൻ മുൻകൈയെടുത്ത ആളാ യിരുന്നുതാനും.അപ്പോൾ കമ്യൂണിസ്റ്റ് ഇന്റർനാഷണൽ ആ പാർട്ടിയെ അംഗീകരിച്ചിരുന്നുവെന്ന് മേലുദ്ധരണിയിൽ നിന്ന് വ്യക്തമല്ലേ?

(സി) സി പി ഐയുടെ തലമുതിർന്ന നേതാവായിരുന്ന ജി അധി കാരി ആ പാർട്ടി ചുമതലപ്പെടുത്തിയതനുസരിച്ച് ഇന്ത്യൻ കമ്യൂണിസ്റ്റ് പാർട്ടിയുടെ ചരിത്രരേഖകളുടെ ഏതാനും വാള്യങ്ങൾ എഡിറ്റ് ചെയ്തി ട്ടുണ്ട്. അതിന്റെ ഒന്നാം വാള്യത്തിലെ 230–ാമത്തെ പേജിൽ കമ്യൂ ണിസ്റ്റ് ഇന്റർനാഷണലിന്റെ തർക്കിസ്താൻ ബ്യൂറോവിന്റെ ചാർജ് വഹി ക്കുന്ന സഖാവ് തർക്കിസ്താൻ കമ്യൂണിസ്റ്റ്പാർട്ടിയുടെ കേന്ദ്രക്കമ്മിറ്റി ക്കയച്ച കത്ത് കാണാം. ആ കത്തിൽ പറയുന്നു:

മൂന്നാം ഇന്റർനാഷണലിന്റെ പ്രമാണങ്ങളനുസരിച്ച് ഇന്ത്യൻ കമ്യൂണിസ്റ്റ് പാർട്ടി ഇവിടെ (താഷ്കണ്ട്– സി ബി) രൂപീകരിച്ച തായി സാക്ഷ്യപ്പെടുത്തുന്നു. ഇന്ത്യൻ കമ്യൂണിസ്റ്റ്പാർട്ടി കോമി ന്റേണിന്റെ തർക്കിസ്താൻ ബ്യൂറോവിന്റെ രാഷ്ട്രീയ നിർദേശ ങ്ങളനുസരിച്ച് പ്രവർത്തിക്കുന്നതാണ്.

താഷ്കണ്ടിൽ രൂപംകൊണ്ട ഇന്ത്യൻ കമ്യൂണിസ്റ്റ് പാർട്ടിയെ കമ്യൂ ണിസ്റ്റ് ഇന്റർനാഷണൽ അംഗീകരിക്കുകയുണ്ടായി എന്നതിന് ഇതിൽപ്പരം വല്ല തെളിവും ആവശ്യമുണ്ടോ?

മൂന്ന്: താഷ്കണ്ടിൽ ഇന്ത്യൻ കമ്യൂണിസ്റ്റ് പാർട്ടി രൂപീകരിച്ചവർക്ക് ഇന്ത്യയിലെ ദേശീയസമരവുമായോ തൊഴിലാളിസമരങ്ങളുമായോ ബന്ധ മുണ്ടായിരുന്നില്ല. തൊഴിലാളിസമരങ്ങളുമായി ബന്ധമുണ്ടായിരുന്നില്ലെ ന്നതു ശരി. തൊഴിലാളിസമരങ്ങൾ അലയടിച്ചുയരാൻ തുടങ്ങിയത് ഒന്നാം ലോകമഹായുദ്ധം അവസാനിച്ചതിനുശേഷം മാത്രമാണ്. ലക്ഷണമൊത്ത

എം എൻ റോയിയും എവിലിൻ റോയിയും

ട്രേഡ് യൂണിയനുകൾ ഉയ രന്നുവന്നതും ആ ഘട്ടത്തിൽ തന്നെ. അപ്പോഴേക്കും എം എൻ റോയിയും അബനി മുഖർജിയും മറ്റും ഇന്ത്യ യിൽ നിന്ന് പുറത്തേക്കുകട ന്നിരുന്നു. അതിനാൽ തൊഴി ലാളിസമരങ്ങളിൽ പ്രധാന പ്പെട്ട പങ്കുവഹിക്കാൻ അവ ർക്കു കഴിഞ്ഞില്ല. എന്നാൽ സ്വാതന്ത്ര്യസമരത്തിൽ അവ രിൽ ചിലരെങ്കിലും പ്രധാന പ്പെട്ട പങ്കുവഹിച്ചു. അത് കോൺഗ്രസിന്റെ കൊടിക്കീ ഴിൽ അല്ലായിരുന്നുവെന്നുമാ ത്രം. എം എൻ റോയി അക്കാ

ലത്തെ ഒരു ദേശീയവിപ്ലവസംഘടനയായ അനുശീലൻ പാർട്ടിയുടെ നേതാവായിരുന്നു. സായുധവിപ്ലവം സംഘടിപ്പിക്കാൻ ആയുധങ്ങൾ ശേഖരിക്കുന്നതിന് റോയി ഇന്ത്യയിൽ നിന്ന് പുറത്തുകടന്നു. അങ്ങനെ പുറത്ത് കടക്കുമ്പോൾ ഒരു ബോംബ് കേസിൽ ഒളിവിൽ കഴിയുകയാ യിരുന്നു. അബനി മുഖർജി സ്വാതന്ത്ര്യസമരത്തിൽ വഹിച്ച പങ്ക് സി പി ഐയുടെ പ്രസിദ്ധീകരണശാലയായ പീപ്പിൾസ് പബ്ലിഷിങ് ഹൗസ് പ്രസിദ്ധീകരിച്ച അദ്ദേഹത്തിന്റെ ജീവചരിത്രത്തിൽ വിശദീകരിക്കുന്നു ണ്ട്. അതിനാൽ താഷ്കണ്ടിൽ സി പി ഐ രൂപീകരിച്ചവർക്ക് ഇന്ത്യ യിലെ സ്വാതന്ത്ര്യസമരവുമായി ബന്ധമുണ്ടായിരുന്നില്ലെന്ന വാദവും അടി സ്ഥാനരഹിതം. ഇനി അവർക്കാർക്കും സ്വാതന്ത്ര്യസമരവുമായി ബന്ധ മുണ്ടായിരുന്നില്ലെന്ന് വാദത്തിന് സമ്മതിക്കുക. അങ്ങനെ ബന്ധമില്ലാ ത്തവർക്ക് രാജ്യത്തിന്റെയും ജനങ്ങളുടെയും മോചനം മുൻനിർത്തി കമ ്യൂണിസ്റ്റ്പാർട്ടി രൂപീകരിച്ചുകൂടെന്നുണ്ടോ?

നാല്: താഷ്കണ്ടിൽ രൂപീകരിച്ച ഇന്ത്യൻ കമ്യൂണിസ്റ്റ് പാർട്ടി തുടർച്ചയായി നിലനിന്നില്ല. രൂപംകൊണ്ട് അധികം കഴിയുന്നതിനുമുമ്പ് അത് തകർന്നു. അതിനാൽതകർന്ന പാർട്ടിയുടെ സ്ഥാപനവർഷം പ്രസ്ഥാ നത്തിന്റെയാകെ സ്ഥാപനവർഷമായി അംഗീകരിക്കാൻ കഴിയില്ലെന്ന വാദം ഉയർന്നുവന്നേക്കാം. അങ്ങനെയെങ്കിൽ ഇത് 1925ൽ രൂപംകൊണ്ട കമ്യൂണിസ്റ്റ്പാർട്ടിക്കും ബാധകം. 1929 ൽ മീറത്ത് ഗുഡ്ഢാലോചനക്കേസിൽ പ്രധാന കമ്യൂണിസ്റ്റ് നേതാക്കളെല്ലാം അറസ്റ്റിലായതോടെ ആ കമ്യൂ ണിസ്റ്റ്പാർട്ടിയും തകർന്നു. ആപാർട്ടിയുടെ നേതൃത്വത്തിൽ പ്രവർത്തിച്ച കമ്യൂണിസ്റ്റുകാർ വിവിധ ഗ്രൂപ്പുകളായി പിരിഞ്ഞു. ഇന്ത്യയിൽ കമ്യൂ ണിസ്റ്റുപാർട്ടി തന്നെയില്ലാത്ത സ്ഥിതിയാണുള്ളതെന്ന് ഇക്കാലത്ത് കമ്യൂ

ണിസ്റ്റ് ഇന്റർനാഷണൽ തയ്യാറാക്കിയ പല രേഖകളിലും പറഞ്ഞിട്ടുണ്ട്. തുടർച്ചയായി പ്രവർത്തിക്കുന്ന കമ്യൂണിസ്റ്റ് പാർട്ടി എന്ന മാനദണ്ഡം സ്വീകരിക്കുകയാണെങ്കിൽ 1933 ആണ് പാർട്ടിയുടെ സ്ഥാപനവർഷം എന്ന് അംഗീകരിക്കേണ്ടിവരും.കാരണം തുടർച്ചയായി പ്രവർത്തിക്കുന്ന ഒരു കേന്ദ്രനേതൃത്വത്തോടു കൂടിയ ഇന്ത്യൻ കമ്യൂണിസ്റ്റ്പാർട്ടിയുടെ സ്ഥാപനം 1933ൽ ആണ്. ചുരുക്കത്തിൽ 1920 ഇന്ത്യൻ കമ്യൂണിസ്റ്റ് പാർട്ടി യുടെ സ്ഥാപനവർഷമായി അംഗീകരിക്കാതിരിക്കാൻ സി പി ഐ പറ യുന്ന കാരണങ്ങൾ വസ്തുതകൾക്കോ യാഥാർഥ്യങ്ങൾക്കോ അനുഭവ ങ്ങൾക്കോ നിരക്കുന്നതല്ല. ഇ എം എസ് പറയുന്നത് നോക്കുക:

1925 നെ സ്ഥാപനവർഷമായി കണക്കാക്കുന്നതിന് ഒരൊറ്റ ന്യായമേ ഉള്ളൂ. ആവർത്തിച്ചാവർത്തിച്ചുയരുകയും തകരുകയും ചെയ്യുകയെന്ന പ്രക്രിയയുടെ ഭാഗമായി ഇന്ത്യൻ മണ്ണിൽ ഒരു പാർട്ടി രൂപംകൊണ്ടത് അന്നാണ്. വലതു കമ്യൂണിസ്റ്റുകാർക്ക് ഈ പരിഗണനയാണ് മുഖ്യമായിട്ടുള്ളത്.

കമ്യൂണിസ്റ്റ് (മാർക്സിസ്റ്റ്) പാർട്ടിയാവട്ടെ, കർശനമായ സാമ്രാജ്യമർദനത്തിന്റെ സാഹചര്യത്തിൽ വിദേശീയ മണ്ണിൽ രൂപംകൊള്ളുന്നതും വളരുന്നതും നിഷിദ്ധമായി കണക്കാക്കുന്നി ല്ല. ലോകത്തിലുള്ള പല കമ്യൂണിസ്റ്റ്പാർട്ടികളും സോവി യറ്റ്മണ്ണിൽ ജനിക്കുകയും ദീർഘകാലം സോവിയറ്റ്മണ്ണിൽ പ്രവർത്തിക്കുകയും ചെയ്തിട്ടുണ്ട്.

1920 മുതൽ എണ്ണമറ്റ ഇന്ത്യൻ കമ്യൂണിസ്റ്റുകാർ ചെയ്ത ത്യാഗപൂർണമായ പ്രവർത്തനത്തിന്റെപരിണത ഫലമായാണ് 1925 ൽ ഇന്ത്യൻ മണ്ണിൽ വച്ചുതന്നെ ഒരു കമ്യൂണിസ്റ്റ്പാർട്ടിരൂപംകൊള്ളു കയും അത് തകർന്നതിനുശേഷം നടത്തിയ നിരന്തര പരിശ്രമ ങ്ങളുടെ ഫലമായി 1933ൽ സ്ഥിരമായി നിലനിൽപ്പുള്ള ഒരു നേതൃ ത്വത്തോടുകൂടിയ ഇന്ത്യൻ കമ്യൂണിസ്റ്റ് പാർട്ടി നിലവിൽവരികയും ചെയ്തത്. ഈ സംഭവവികാസങ്ങളിൽ ആദ്യത്തെ അഞ്ചുകൊല്ലം മുഴുവൻ അവഗണിക്കുന്ന ഒരു സമീപനമാണ് വലതുകമ്യൂണി സ്റ്റുകാരുടേത്.

(ചിന്ത, 1976 ജനുവരി 9)

ഇപ്രകാരം സി പി ഐ അവഗണിച്ചുതള്ളിയ അഞ്ചുവർഷത്തിനി ടയിലാണ് പെഷവാർ– കോൺപൂർ ഗൂഢാലോചനക്കേസുകൾ നടന്ന തെന്നോർക്കുക. 1920 ൽ താഷ്കണ്ടിൽ ഇന്ത്യൻ കമ്യൂണിസ്റ്റ്പാർട്ടി രൂപം കൊണ്ടതിന്റെയും 1920 കളുടെ ആദ്യം ഇന്ത്യയുടെ വിവിധ കേന്ദ്രങ്ങ ളിൽ കമ്യൂണിസ്റ്റ്ഗ്രൂപ്പുകൾ ആവിർഭവിച്ചതിന്റെയും പശ്ചാത്തലം അടുത്ത അധ്യായത്തിൽ പരിശോധിക്കാം.

2

ഇന്ത്യൻ കമ്യൂണിസ്റ്റ് പ്രസ്ഥാനം രൂപീകരണപശ്ചാത്തലം

മഹത്തായ ഒക്ടോബർ വിപ്ലവത്തിന്റെ വിജയത്തോടെയാണ് കോളനികളിലും ആശ്രിതരാജ്യങ്ങളിലും കമ്യൂണിസ്റ്റ്പാർട്ടികൾ ഉയർന്നു വരാൻ തുടങ്ങിയത്. ഇന്ത്യയിലും ഈ പശ്ചാത്തലത്തിലാണ് കമ്യൂണിസ്റ്റ് പാർട്ടി രൂപംകൊണ്ടത്. വാസ്തവത്തിൽ ഒക്ടോബർവിപ്ലവം വിജയശ്രീ ലാളിതമായി അധികംകഴിയുന്നതിനുമുമ്പ് കമ്യൂണിസ്റ്റ് പാർട്ടി രൂപംകൊ ള്ളുന്നതിന് കളമൊരുങ്ങിക്കഴിഞ്ഞു എന്നതാണ് വസ്തുത.

തൊഴിലാളിവർഗത്തിന്റെ രാഷ്ട്രീയപാർട്ടിയാണല്ലോ കമ്യൂണിസ്റ്റ് പാർട്ടി. അപ്പോൾ തൊഴിലാളിവർഗം രൂപംകൊള്ളാതെ കമ്യൂണിസ്റ്റ് പാർട്ടി ജന്മമെടുക്കുകയില്ല. ഒക്ടോബർവിപ്ലവത്തിനും അരനൂറ്റാണ്ടുമുമ്പ് ഇന്ത്യ യിൽ ആധുനിക തൊഴിലാളിവർഗം ജന്മമെടുത്തു കഴിഞ്ഞിരുന്നു. വിപ്ല വത്തിന് 55 വർഷംമുമ്പ് ആ വിഭാഗം ആദ്യത്തെ പണിമുടക്ക് പോലും നടത്തി.തന്നെയുമല്ല 1908 ൽ അവർ ആദ്യത്തെ രാഷ്ട്രീയപണിമുടക്ക് സംഘടിപ്പിച്ചു. അക്കാലത്തെ ഇന്ത്യൻ ദേശീയനേതാവ് ബാലഗംഗാധര തിലകന്റെ അറസ്റ്റിൽ പ്രതിഷേധിക്കാൻ അവർനടത്തിയ ആദ്യത്തെ രാഷ്ട്രീയ പണിമുടക്കിനെ പരാമർശിച്ച് ഇന്ത്യൻ തൊഴിലാളിവർഗം പക്വ തയാർജിച്ചുകഴിഞ്ഞു എന്നുപോലും ലെനിൻ അഭിപ്രായപ്പെട്ടു. അങ്ങ നെ പക്വതയാർജിച്ച തൊഴിലാളിവർഗം ഒന്നാംലോകയുദ്ധം അവസാനി ക്കുമ്പോഴേക്ക് പണിമുടക്ക്പരമ്പരകൾ നടത്തുകയും ട്രേഡ്യൂണിയനു കൾ രൂപീകരിച്ച് അവയ്ക്ക് പിന്നിൽ അണിനിരക്കാൻ തുടങ്ങുകയും ചെയ്തു. 1920 ആയപ്പോഴേക്ക് അവരുടെ ഒരു കേന്ദ്രസംഘടനയും (എ ഐ ടി യു സി) നിലവിൽ വന്നു.

ആധുനിക തൊഴിലാളിവർഗം രംഗപ്രവേശം നടത്തുന്നതിനുമുമ്പു തന്നെ കൃഷിക്കാരും ഗിരിവർഗക്കാരും ബ്രിട്ടീഷുകാർക്കെതിരെ കലാപ ത്തിന്റെയും സമരത്തിന്റെയും കൊടിയുയർത്തി.1793 ലെ സ്ഥിരം സെറ്റിൽ

മെന്റ് നിയമം ആ പ്രക്രിയയുടെ എരിതീയിൽ എണ്ണപകർന്നു. അവയെ ല്ലാം അതിന്റെ മൂർധന്യത്തിലെത്തിയത് 1857 ലെ ഒന്നാം സ്വാതന്ത്ര്യസ മരത്തിൽ.ആ സമരത്തിനുപിന്നിലെപ്രധാന ശക്തി കൃഷിക്കാരാണെന്ന് സമരത്തിന്റെ ഗതിവിഗതികൾ സൂക്ഷ്മമായി നിരീക്ഷിച്ച കാൾമാർക്സ് ശരിയാംവിധം ചൂണ്ടിക്കാട്ടി.പലകാരണങ്ങളാൽ സമരം പരാജയപ്പെട്ടു പോയെങ്കിലും സാമ്രാജ്യത്വവിരുദ്ധ-നാടുവാഴിത്തവിരുദ്ധസമരങ്ങളും കലാപങ്ങളും പിന്നെയും തുടർന്നു.അങ്ങനെ സാമ്രാജ്യത്വവിരുദ്ധസമര ത്തിലെ ഒരുഉശിരൻ വിഭാഗമായി കൃഷിക്കാർ രൂപാന്തരപ്പെട്ടു.

ഇതിനിടയിൽ ഇന്ത്യയിൽ ആധുനികവിദ്യാഭ്യാസത്തിന്റെ സ്ഥാപ നവും വ്യാപനവും ദേശീയബോധം വളരുന്നതിന് കളമൊരുക്കി. അതോ ടൊപ്പം ബുദ്ധിജീവികളുടെയും ആയിടെ രംഗത്തുവന്ന ബുർഷ്വാസിയു ടെയും ഇടയിൽനിന്ന് ഒട്ടേറെ സാമൂഹ്യപരിഷ്കർത്താക്കൾ ഉയർന്നുവ ന്നു. ഈ പശ്ചാത്തലത്തിൽ 1885 ൽ ഇന്ത്യൻനാഷണൽ കോൺഗ്രസ് എന്ന ഇന്ത്യയിലെ പ്രഥമ രാഷ്ട്രീയപാർട്ടി നിലവിൽവന്നു. വളർന്നുവന്ന ബ്രിട്ടീഷ് വിരുദ്ധവികാരം ശമിപ്പിക്കാൻ കൊളോണിയൽ അധികൃതരുടെ ആശിർവാദത്തോടെ ദേശീയ ബുർഷ്വാസിയുടെയും ഭൂപ്രഭുക്കളുടെയും പ്രതിനിധിയെന്നനിലയിൽ അലൻ ഒക്ടോവിയൻ ഹ്യും ആ രാഷ്ട്രീയ പാർട്ടിക്ക് ജന്മം നൽകുകയായിരുന്നു. ഇരുപതാം നൂറ്റാണ്ടിന്റെ ആരംഭ മായപ്പോഴേക്കും അതിന്റെ നേതൃത്വത്തിൽ സമരം ശക്തിപ്പെട്ടു. ഇന്ത്യൻ രാഷ്ട്രീയരംഗത്തേക്കുള്ള ഗാന്ധിജിയുടെ കടന്നുവരവോടെ ആ സമര ത്തിന്റെ രൂപവും ഭാവവും മാറി. ഗാന്ധിജിയുടെ നേതൃത്വത്തിലാരംഭിച്ച നിസ്സഹകരണ പ്രസ്ഥാനം വലിയൊരു ബഹുജനപ്രസ്ഥാനമായി രൂപാ ന്തരപ്പെട്ടു. എല്ലാ വിഭാഗങ്ങളിലുംപെട്ട ജനങ്ങൾ അതിൽ അണിനിരന്നു. എന്നാൽ, കോൺഗ്രസിന്റെ ആ പരമോന്നതനേതാവ് ചൗരിചൗര സംഭ വത്തെത്തുടർന്ന് നിസ്സഹകരണ പ്രസ്ഥാനം ഏകപക്ഷീയമായി പിൻവ ലിച്ചതോടെ രാജ്യത്തെ ജനങ്ങൾ, പ്രത്യേകിച്ച് യുവാക്കൾ, തീർത്തും നിരാശരായി. അവർ സ്വാതന്ത്ര്യലബ്ധിക്കുവേണ്ടി പുതിയ പുതിയ മാർഗ ങ്ങൾ ആരായാൻ തുടങ്ങി.

വാസ്തവത്തിൽ നിസ്സഹകരണപ്രസ്ഥാനത്തിനുമുമ്പുതന്നെ, കൃത്യമായിപ്പറഞ്ഞാൽ ഇരുപതാംനൂറ്റാണ്ടിന്റെ തുടക്കത്തിൽത്തന്നെ, സ്വാ തന്ത്ര്യംനേടിയെടുക്കുന്നതിനു കോൺഗ്രസിന്റേതിൽനിന്ന് വ്യത്യസ്ത മായ ഒരു പാത വെട്ടിത്തുറക്കപ്പെട്ടു. ദേശീയവാദികളായ വിപ്ലവകാരിക ളാണ് ഈ പാത വെട്ടിത്തുറന്നത്-തോക്കും ബോംബുമുപയോഗിച്ച് ബ്രിട്ടീ ഷുകാരെ ഇന്ത്യയിൽ നിന്ന് കെട്ടുകെട്ടിക്കുന്നതിനുള്ള പാത. ആ വിപ്ലവ കാരികളിൽ ചിലർ 1902 ൽ അനുശീലൻസമിതി രൂപീകരിച്ച് ബ്രിട്ടീഷു കാർക്കെതിരെ സായുധകലാപത്തിനുതന്നെ ഒരുങ്ങി. ആ പാതയുടെ ഇങ്ങേത്തലക്കലാണ് ചിറ്റഗോങ് ആയുധശാലാക്രമണത്തിന്റെ സ്ഥാനം.

ഇതൊക്കെ ഒക്ടോബർ വിപ്ലവത്തിനുമുമ്പു നടന്ന സംഭവങ്ങൾ. ഒക്ടോബർവിപ്ലവത്തിനുമുമ്പ് മറ്റൊന്നുകൂടി നടന്നു. നേരിയ തോതിലാ

ണെങ്കിലും സോഷ്യലിസ്റ്റാശയഗതി പ്രചരിക്കാൻ തുടങ്ങി. വിവേകാന ന്ദന്റെ ലേഖനങ്ങളിലും പ്രസംഗങ്ങളിലും സോഷ്യലിസത്തെക്കുറിച്ചുള്ള പരാമർശങ്ങളുണ്ട്. 1912 മാർച്ച് മാസത്തിൽ കൽക്കത്തയിലെ *മോഡേൺ റിവ്യൂ* മാസികയിൽ ലാലാഹർദയാൽ, കാൾമാർക്സിന്റെ ജീവചരിത്ര മെഴുതി. അതേവർഷം ആഗസ്ത് മാസത്തിൽ സ്വദേശാഭിമാനി രാമകൃ ഷ്ണപിള്ള ഒരു ലഘുഗ്രന്ഥത്തിലൂടെ മാർക്സിനെ മലയാളികൾക്ക് പരി ചയപ്പെടുത്തി. അക്കാലത്ത് കുന്നംകുളത്തുനിന്ന് പ്രസിദ്ധീകരിച്ച *ആ ത്മപോഷിണി* മാസികയിൽ മാർക്സിസത്തിന്റെ അടിസ്ഥാനതത്വങ്ങൾ അത്യന്തം ലളിതമായി പ്രതിപാദിക്കുന്ന ഒരു ലേഖനപരമ്പരയും അദ്ദേഹം എഴുതി. ഒക്ടോബർവിപ്ലവ വിജയത്തോടെ സോഷ്യലിസ്റ്റ് ആശയപ്ര ചാരണം അതിനുമുമ്പത്തേതിനെക്കാൾ ശക്തിപ്പെട്ടു.

ആ വിപ്ലവം ലോകമാകെ അഗാധവും ദുരവ്യാപകവുമായ സ്വാധീനം ചെലുത്തി. അതിന്റെ സ്വാധീനത്തിന് ആദ്യമായി വിധേയരായിത്തീർന്ന ഒരു വിഭാഗമാണ് ഗദർപാർട്ടി അംഗങ്ങൾ. പത്തൊമ്പതാംനൂറ്റാണ്ടിന്റെ അവസാനത്തിൽ ജോലിയുംതേടി അമേരിക്കയിലും കനഡയിലും എത്തി ച്ചേർന്ന ഇന്ത്യക്കാർ 1913 ൽ സാൻഫ്രാൻസിസ്കോവിൽ രൂപീകരിച്ച താണ് ഗദർപാർട്ടി. വിദേശത്തു താമസിക്കുന്ന ഇന്ത്യക്കാരെ സാമ്രാജ്യ ത്വവിരുദ്ധ സമരത്തിൽ അണിനിരത്തുകയെന്നതായിരുന്നു ഈ പാർട്ടി യുടെ പ്രധാന ലക്ഷ്യം. ബ്രിട്ടീഷുകാർക്കെതിരെ സായുധസമരം നട ത്താൻ ഇന്ത്യയിലേക്ക് ആയുധം കടത്തുന്നതിന് അവർ പദ്ധതികൾ തയ്യാ റാക്കുകയും അതിൽ വിജയിക്കുകയുംചെയ്തു. എങ്കിലും സായുധ സമരശ്രമം ബ്രിട്ടീഷുകാർ പരാജയപ്പെടുത്തി. ഗദർപാർട്ടി അംഗങ്ങളിൽ ചിലർ സോവിയറ്റ് യൂണിയനിൽ പോവുകയും ലെനിനെകാണുകയും തിരിച്ച് നാട്ടിൽവന്ന് ഗദർ വിപ്ലവകാരികൾക്കിടയിൽ സോഷ്യലിസ്റ്റാശയ ങ്ങൾ പ്രചരിപ്പിക്കുകയും ചെയ്തു. ഇവരിൽ ചിലർ പിൽക്കാലത്ത് പഞ്ചാ ബിലും പഞ്ചാബിനു പുറത്തും കമ്യൂണിസ്റ്റ് പ്രസ്ഥാനം കെട്ടിപ്പടുക്കുന്ന തിൽ പ്രധാനപങ്കുവഹിച്ചു.

ഒക്ടോബർ വിപ്ലവത്തിന്റെ സ്വാധീനത്തിന് വിധേയരായ മറ്റൊരു വിഭാഗമാണ് വിദേശത്തു താമസിച്ചുവന്ന ഇന്ത്യക്കാർ. വിപ്ലവത്തിൽ നിന്ന് ആവേശമുൾക്കൊണ്ട് അവരിൽ ചിലർ സോവിയറ്റ് യൂണിയനിൽ പോവു കയും വിപ്ലവത്തിന്റെശിൽപ്പിയായ ലെനിനെ കാണുകയും ചെയ്തു. അപ്രകാരം സോവിയറ്റ് യൂണിയനിൽ ആദ്യമായി എത്തിയത് ഒരു പക്ഷെ, ഖൈരി സഹോദരന്മാർ ആയിരിക്കണം. 1918 ഡിസംബർഅഞ്ചിന് പെത്രോ ഗ്രാദിൽ ചേർന്ന ഒരുസാർവദേശീയ യോഗത്തിൽ ജബ്ബാർ ഖൈരി നട ത്തിയ പ്രസംഗം 1918 ഡിസംബർ ഏഴിന്റെ *ഇസ്വെസ്തിയ* റിപ്പോർട്ട് ചെയ്തിട്ടുണ്ട്. സോവിയറ്റ് യൂണിയനിൽ പോവുകയും ബോൾഷെവിക് വിപ്ലവത്തോട് ഐക്യദാർഢ്യം പ്രകടിപ്പിക്കുകയും ചെയ്തവരിൽ കാബു ളിൽ നിന്നുള്ള ഇന്ത്യൻ വിപ്ലവകാരികളായ മൗലാന ബർക്കത്തുള്ള, രാജാമഹേന്ദ്രപ്രതാപ്, മൗലാനഉബൈദുള്ളസിന്ധി എന്നിവരും ഇന്ത്യൻ

വിപ്ലവകാരികളുടെ ബർലിൻ കമ്മിറ്റി നേതാക്കളായ വീരേന്ദ്രനാഥ് ചതോ പാധ്യായ,ടി ആചാര്യ,ഡോ ബി എൻ ദത്ത തുടങ്ങിയവരും ഉൾപ്പെടുന്നു.

ഒക്ടോബർ വിപ്ലവത്തിന്റെ സ്വാധീനത്തിന് വിധേയരായിത്തീർന്ന വേറൊരു വിഭാഗമാണ് മുഹാജിർമാർ. ബ്രിട്ടീഷ്ഗവൺമെന്റ് അഴിച്ചുവിട്ട മർദനത്തിൽനിന്ന് രക്ഷനേടാൻ ഇന്ത്യയിൽ നിന്ന് പലായനം ചെയ്യുന്ന തിനുള്ള ഒരു പ്രസ്ഥാനം 1920 ന്റെ മധ്യത്തിൽ ആരംഭിച്ചു. ജനകീയവും ശക്തവുമായ ഈ പ്രസ്ഥാനം 'ഹിജ്റത്ത്' എന്ന പേരിൽ അറിയപ്പെടു ന്നു. ഈ പ്രസ്ഥാനത്തിൽ പങ്കെടുത്തവരാണ് മുഹാജിർമാർ. ആയിരക്ക ണക്കിന് മുഹാജിർമാർ അഫ്ഗാനിസ്ഥാനിലെത്തി. അവരിൽ കുറെ പേർ തുർക്കിയിലേക്കുപോയി. 30 ആളുകൾ താഷ്കണ്ടുമായി ബന്ധം പുലർത്തുകയും അങ്ങോട്ടുപോവുകയും ചെയ്തു. അവരിൽ 21 പേർ അവസാനം കിഴക്കൻ രാജ്യങ്ങളിലെ അധ്വാനിക്കുന്നവർക്കായുള്ള യൂണി വേഴ്സിറ്റിയിൽ ചേർന്ന് മാർക്സിസത്തെക്കുറിച്ച് പഠനം നടത്തി.

അപ്പോഴേക്ക് എം എൻ റോയി കമ്മ്യൂണിസ്റ്റ് ഇന്റർനാഷണലിന്റെ രണ്ടാം കോൺഗ്രസിൽ പങ്കെടുക്കാൻ മോസ്കോവിലെത്തി. മെക്സി ക്കൻ കമ്മ്യൂണിസ്റ്റ് പാർട്ടിയുടെ പ്രതിനിധിയായാണ് എത്തിയതെങ്കിലും ഇന്ത്യൻ വിപ്ലവകാരിയെന്ന നിലയിലാണ് അദ്ദേഹത്തിന് അവിടെ നല്ല സ്വീകരണം കിട്ടിയത്. 1920 ജൂലായ് – ആഗസ്ത് മാസങ്ങളിലായി നടന്ന ആ കോൺഗ്രസ് കൊളോണിയൽ– അർധകൊളോണിയൽ രാജ്യങ്ങ ളിലെ പ്രശ്നങ്ങൾ സമഗ്രമായി ചർച്ചചെയ്തു; ലെനിൻ അവതരിപ്പിച്ച ചരിത്രപ്രസിദ്ധമായ കൊളോണിയൽ തീസീസ് അംഗീകരിച്ചു. ആ തീസീസ് ഇന്ത്യൻ സഖാക്കളുൾപ്പെടെ എല്ലാ കൊളോണിയൽ – അർധ

എൻ എം ജോഷി   ദിവാൻ ചമൻലാൽ

ആദ്യകാല ട്രേഡ് യൂണിയൻ നേതാക്കൾ

കൊളോണിയൽ രാജ്യങ്ങളിലെയും കമ്യൂണിസ്റ്റുകാരോട് ദേശീയ മോച നത്തിനായുള്ള സാമ്രാജ്യത്വവിരുദ്ധസമരത്തിൽ, (അത് ദേശീയ ബൂർഷ്വാ നേതൃത്വത്തിലാണെങ്കിൽ പോലും– ആദ്യകാലത്ത് അത് അങ്ങനെയാ വാനേവഴിയുള്ളൂ) സജീവമായിപങ്കെടുക്കാൻ ഉപദേശിച്ചു. അതേസമയം അതിൽ അലിഞ്ഞുചേരരുതെന്നും കമ്യൂണിസ്റ്റുകാർ അവരുടെ സ്വതന്ത്ര മായ അസ്തിത്വം നിലനിർത്തണമെന്നും ഉപദേശിച്ചു.

കോൺഗ്രസ് അവസാനിച്ച് അധികംകഴിയുന്നതിനുമുമ്പ്, കൃത്യ മായി പറഞ്ഞാൽ 1920 ഒക്ടോബർ 17 ന്, താഷ്കണ്ട് നഗരത്തിൽ എം എൻ റോയി ഒരു യോഗം വിളിച്ചുകൂട്ടി. ആ യോഗമാണ് ഇന്ത്യൻ കമ്യൂ ണിസ്റ്റ് പാർട്ടി രൂപീകരിക്കാൻ തീരുമാനിച്ചത്. യോഗം വിളിച്ചുകൂട്ടുന്ന വിവരം കമ്യൂണിസ്റ്റ്ഇന്റർനാഷണൽ അറിഞ്ഞുകാണണം. അതുകൊ ണ്ടാണ് കമ്യൂണിസ്റ്റ് ഇന്റർനാഷണലിന്റെ തർക്കിസ്താൻ ബ്യൂറോവിന്റെ ചാർജ്വഹിക്കുന്ന സഖാവ് ഇന്ത്യൻകമ്യൂണിസ്റ്റ്പാർട്ടി രൂപീകരിച്ച വിവരം പെട്ടെന്നുതന്നെ തർക്കിസ്താൻ കമ്യൂണിസ്റ്റ് പാർട്ടിയുടെ കേന്ദ്രകമ്മി റ്റിയെ അറിയിച്ചത്. ഇന്ത്യൻ കമ്യൂണിസ്റ്റ് പാർട്ടി തർക്കിസ്താൻ ബ്യൂ റോവിന്റെ രാഷ്ട്രീയനിർദേശങ്ങൾക്കനുസരിച്ച് പ്രവർത്തിക്കുന്നതാ ണെന്നും ആ അറിയിപ്പിൽ പറഞ്ഞു.

താഷ്കണ്ടിൽ രൂപംകൊണ്ട ഇന്ത്യൻ കമ്യൂണിസ്റ്റ്പാർട്ടി അതിന്റെ പ്രവർത്തനം സോവിയറ്റ് യൂണിയനിലെ മറ്റ് ഇന്ത്യക്കാർക്കിടയിലും വിദേ ശങ്ങളിൽ താമസിക്കുന്ന ഇന്ത്യക്കാർക്കിടയിലും വ്യാപിപ്പിക്കാൻ തീരു മാനിച്ചു. കിഴക്കൻ രാജ്യങ്ങളിലെ അധ്വാനിക്കുന്നവർക്കായുള്ള യൂണി വേഴ്സിറ്റിയിൽ പഠിച്ചവരുൾപ്പെടെ ധാരാളംപേർ ഇന്ത്യൻ കമ്യൂണി സ്റ്റ്പാർട്ടിയിൽ അംഗങ്ങളായി. എം എൻ റോയി ജർമനിയിൽ പോയി അവിടെ ഒരു ഘടകം സ്ഥാപിച്ചു. പാർട്ടിയുടെ മുഖപത്രമെന്ന നിലയിൽ *വാൻഗാഡ്* തുടങ്ങി. അതിന്റെ കോപ്പികൾ അതീവരഹസ്യമായി ഇന്ത്യ യിലേക്കയച്ചു.

കിഴക്കൻ രാജ്യങ്ങൾക്കായുള്ള യൂണിവേഴ്സിറ്റിയിൽ ചേർന്ന് പഠിച്ച ചിലർ കരമാർഗം ഇന്ത്യയിലേക്ക് മടങ്ങാൻ തീരുമാനിച്ചു. മടക്കയാത്ര യിൽ ഇന്ത്യൻ അതിർത്തിയിൽപെടുന്ന ചിത്രാൾ എന്ന പ്രദേശത്തെത്തി യപ്പോഴേക്ക് അവർ അറസ്റ്റിലായി. അവരെ പെഷവാർ കോടതിയിൽ ഹാജ രാക്കി. നാല് ബോൾഷെവിക് ഗൂഢാലോചനക്കേസുകളിലായി അവരെ വിചാരണചെയ്തു ശിക്ഷിച്ചു. അക്ബർ ഖുറേഷി, മൊഹമ്മദ് ഹസ്സൻ, മിയാൻ അക്ബർ ഷാ, ഫിറോസുദ്ദീൻ, അബ്ദുൾ മജീദ്, റഫീക്ക് അഹ മ്മദ്, മുഹമ്മദ് ഷഫീക് എന്നിവർ ശിക്ഷിക്കപ്പെട്ടവരിലുൾപ്പെടുന്നു. ഏതാനും വർഷങ്ങൾക്കുശേഷം 1927 ൽ മറ്റൊരു കമ്യൂണിസ്റ്റ്ഗൂഢാലോ ചനക്കേസുകൂടി പെഷവാറിൽ ചാർജുചെയ്യപ്പെട്ടു. ഇത്തവണ ഒറ്റപ്രതി മാത്രമേഉണ്ടായിരുന്നുള്ളു– ഖാസി എലാഹി ഖുർബാൻ. ഈ അഞ്ച് കേസും ചേർന്നാണ് പെഷവാർഗൂഢാലോചനക്കേസ് എന്ന പേരിൽ അറി യുന്നത്. ഇതാണ് ഇന്ത്യയിലെ ആദ്യത്തെ കമ്യൂണിസ്റ്റ്ഗൂഢാലോചന ക്കേസ്.

ആദ്യകേസിലെ (1922) വിധിക്കനുസരിച്ചാണ് പിന്നീടുള്ള കേസു കളിലെ വിധി വന്നത്. മറ്റ് കാര്യങ്ങളുടെ കൂട്ടത്തിൽ വിധിയിൽ പറഞ്ഞു: ഇന്ത്യയിലെ ബ്രിട്ടീഷ്ഗവൺമെന്റിനെതിരെ പ്രചാരണംനട ത്തുന്നതിനുള്ള കേന്ദ്രമായി താഷ്കണ്ട് ഉപയോഗിക്കപ്പെട്ടു. അബ്ദുൾ റാബ്, എം എൻ റോയി, മുഖർജി തുടങ്ങിയ ഇന്ത്യ ക്കാർ സൈനികവിഷയങ്ങളിൽ ഇന്ത്യക്കാർക്ക് പരിശീലനംനൽകു ന്നതിനായി സ്കൂളുകൾസ്ഥാപിച്ചു. ഈ കോഴ്സ് പൂർത്തിയാ ക്കിക്കഴിഞ്ഞാൽ ഈ ഇന്ത്യക്കാർ തങ്ങളുടെ നാട്ടിലേക്ക് മടങ്ങു കയും അവിടെ രാജ്യദ്രോഹപരമായ ആശയങ്ങൾ പ്രചരിപ്പിക്കു കയും ചെയ്യുമെന്നാണ് കരുതേണ്ടിയിരിക്കുന്നത്.

വിധിയിൽ ഇത്രയുംകൂടി പറഞ്ഞു." പ്രതികൾ ബ്രിട്ടീഷ്ചക്ര വർത്തിക്ക് ഇന്ത്യയിലുള്ള പരമാധികാരം അട്ടിമറിക്കാൻ ഗൂഢാലോചന നടത്തി"

3

ഇന്ത്യൻ മണ്ണിൽ ഇന്ത്യൻ കമ്യൂണിസ്റ്റ് പാർട്ടി രൂപം കൊള്ളുന്നു

പെഷവാറിൽ ആദ്യത്തെ കമ്യൂണിസ്റ്റ്ഗൂഢാലോചനക്കേസ് നട ന്നുകൊണ്ടിരിക്കെ ബോംബെ, കൽക്കത്ത, മദിരാശി, ലാഹോർ, ബനാ റസ് എന്നിവിടങ്ങളിൽ കമ്യൂണിസ്റ്റ്ഗ്രൂപ്പുകൾ രൂപംകൊണ്ടു. ഈ ഗ്രൂപ്പു കൾക്ക് യഥാക്രമം എസ് എ ഡാങ്കെ, മുസഫർ അഹമ്മദ്, ശിങ്കാരവേ ലുച്ചെട്ടിയാർ, ഗുലാം ഹുസൈൻ, നളിനി ഗുപ്ത എന്നിവർ നേതൃത്വം നൽകി. ബനാറസിലെ ഗ്രൂപ്പൊഴികെ മറ്റു നാല്ഗ്രൂപ്പുകളും സോഷ്യലി സ്റ്റാശയ പ്രചാരണത്തിനായി പ്രസിദ്ധീകരണങ്ങൾ ആരംഭിച്ചു. കൽക്കത്ത ഗ്രൂപ്പ് ആരംഭിച്ച പ്രസിദ്ധീകരണത്തിന്റെ പേര് *ഗണവാണി.* പത്രാധിപർ മുസഫർ അഹമ്മദ്. ബോംബെ ഗ്രൂപ്പിന്റെ പ്രസിദ്ധീകര ണം- *സോഷ്യലിസ്റ്റ്.* പത്രാധിപർ എസ് എ ഡാങ്കെ, മദിരാശി ഗ്രൂപ്പിന്റെ പ്രസിദ്ധീകരണം- *ലേബർ ആൻഡ് കിസാൻ ഗസറ്റ്.* പത്രാധിപർ ശിങ്കാ രവേലുചെട്ടിയാർ. ലാഹോർ ഗ്രൂപ്പിന്റെ പ്രസിദ്ധീകരണം *ഇങ്കിലാബ്* . പത്രാധിപർ ഗുലാം ഹുസൈൻ. ഈ നാല് പ്രസിദ്ധീകരണങ്ങൾക്കുപു റമെ അതീവരഹസ്യമായി വിതരണം *ചെയ്തവാൻഗാർഡും* (1922– 24) *മാസസ് ഓഫ് ഇന്ത്യയും* (1925– 27) ഇന്ത്യയിൽ സോഷ്യലിസ്റ്റ് ആശയ പ്രചാരണം നടത്തി. 1923– 25 കാലത്ത് ഈ ഗ്രൂപ്പുകൾ വളർന്നു എന്നു മാത്രമല്ല കോൺപുർ, കറാച്ചി എന്നീ വ്യവസായ കേന്ദ്രങ്ങളിൽ കമ്യൂ ണിസ്റ്റ് ഗ്രൂപ്പുകൾ ഉയർന്നുവരികയും ചെയ്തു. ഈ വിവിധ ഗ്രൂപ്പുകൾ തമ്മിൽ ബന്ധം സ്ഥാപിച്ചു. ആ പ്രക്രിയയിൽ ഏറ്റവുമധികംസംഭാവന നൽകിയത്വിദേശത്തിരുന്നുകൊണ്ടാണെങ്കിലും എം എൻ റോയി ആയി രുന്നു.

ഈ കമ്യൂണിസ്റ്റ് ഗ്രൂപ്പുകൾ രൂപംകൊള്ളുന്നതിനുമുമ്പ് കമ്യൂണിസ്റ്റ് ഇന്റർനാഷണലിന്റെ ഒരു കോൺഗ്രസിൽ ഇന്ത്യയടക്കമുള്ള അധീനരാ ജ്യങ്ങളിലെ ദേശീയവിമോചന പ്രസ്ഥാനങ്ങളും കമ്യൂണിസ്റ്റ്പാർട്ടികളും

എങ്ങനെപ്രവർത്തിക്കണം എന്നതിനെസംബന്ധിച്ച് രൂക്ഷമായവാദവി വാദം നടന്നു. അതിന്റെ പരിണാമമെന്ന നിലക്ക് എത്തിച്ചേർന്ന നിഗമന ങ്ങൾ അത്യന്തംലളിതമായിഇ എം എസ് ഇപ്രകാരംക്രോഡീകരിച്ചു:

ഒന്നാമത്, ഇന്ത്യയും ചൈനയുമടക്കമുള്ള കിഴക്കൻ രാജ്യ ങ്ങളിലെ പ്രധാനമായ അടിയന്തരകടമ സാമ്രാജ്യാധിപത്യത്തിനെ തിരായ സമരമാണ്. അതിൽ തൊഴിലാളിവർഗത്തിനെന്നപോലെ ദേശീയ ബൂർഷ്വാസിക്കും താൽപ്പര്യമുണ്ട്. അതുകൊണ്ട് ദേശീയബൂർഷ്വാസിക്കുകൂടി പങ്കുള്ള ഒരു സാമ്രാജ്യത്വവിരുദ്ധ പ്രസ്ഥാനം കെട്ടിപ്പടുക്കണം.

രണ്ടാമത്, ഈ സാമ്രാജ്യവിരുദ്ധ പ്രസ്ഥാനത്തിലെ മുഖ്യ, സജീവ ശക്തി കൃഷിക്കാരാണ്. സ്വത്തുടമപ്രശ്നത്തിൽ ദേശീയ ബൂർഷ്വാസിയോട് അടുപ്പമുള്ളവരെങ്കിലും കൃഷിക്കാർ ഒരു വിപ്ല വകാരി വർഗമാണ്. ജന്മിസമ്പ്രദായമടക്കമുള്ള എല്ലാ മുതലാളി ത്തപൂർവ സ്ഥാപനങ്ങളോടും നിയമങ്ങളോടുമുള്ള വിട്ടുവീഴ്ചയി ല്ലാത്ത സമരമാണ് അവർ നടത്തുന്നത്. അതുകൊണ്ട് അവരു മായി ദൃഢമായഐക്യം കെട്ടിപ്പടുത്താൽ മാത്രമേ തൊഴിലാളി വർഗവും ബൂർഷ്വാസിയിലെ സാമ്രാജ്യത്വവിരുദ്ധവിഭാഗവും തമ്മിൽ ഐക്യമുണ്ടാവൂ. ഈ വസ്തവം മനസ്സിലാക്കാതെ, കാർഷികവിപ്ലവം സംബന്ധിച്ച കാഴ്ചപ്പാടില്ലാതെ, ബൂർഷ്വാസി യുമായി ഐക്യമുണ്ടാക്കാൻ നോക്കുന്നത് അവസരവാദത്തിലെ ത്തും.

മൂന്നാമത്, ഇന്ത്യയടക്കമുള്ള കിഴക്കൻരാജ്യങ്ങളിൽ തൊഴി ലാളിവർഗം വളരെ വളരെ ദുർബലമാണ് പക്ഷേ, ഉള്ളിടത്തോളം തൊഴിലാളിവർഗവിഭാഗങ്ങളെയും ദേശീയവിപ്ലവകാരികളുടെ മുന്നണി വിഭാഗങ്ങളെയും ചേർത്ത് കമ്യൂണിസ്റ്റ്പാർട്ടി രൂപീകരി ക്കണം (*സോഷ്യലിസത്തിലേക്കുള്ള ഇന്ത്യൻപാത, പേജ് 14,15*)

പരസ്പരം ബന്ധപ്പെട്ട ഈ മൂന്നുകടമകളുടെ അടിസ്ഥാനത്തി ലാണ് 1920 കളിൽ മുഴുവൻ കമ്യൂണിസ്റ്റുകാർ പ്രവർത്തിച്ചത്. കോൺ ഗ്രസിലും മറ്റു സാമ്രാജ്യത്വവിരുദ്ധ സംഘടനകളിലുമുള്ള മുന്നണി വിഭാ ഗവും കമ്യൂണിസ്റ്റുകാരും ചേർന്ന് കോൺഗ്രസിനകത്ത് ഇടതുപക്ഷത്തിന് രൂപംനൽകാൻ സംഘടിതമായശ്രമംനടന്നു.അതിന്റെഫലമായി കോൺഗ്രസിനകത്തും പുറത്തും പ്രവർത്തിച്ച മിതവാദി നേതൃത്വത്തിന്റെ ഡൊമീനിയൻ പദവി എന്ന മുദ്രാവാക്യത്തിനുപകരം പൂർണസ്വാതന്ത്ര്യം എന്ന മുദ്രാവാക്യമുയർത്താൻ കമ്യൂണിസ്റ്റുകാർക്കും മറ്റിടതുപക്ഷ ക്കാർക്കും കഴിഞ്ഞു. 1921 ൽ അഹമ്മദാബാദിലും 1922 ൽ ഗയയിലും നടന്ന കോൺഗ്രസ്സമ്മേളനങ്ങളിൽ ഇന്ത്യൻ കമ്യൂണിസ്റ്റ് പാർട്ടി ഓരോ വിജ്ഞാപനം വിതരണം ചെയ്തു. ആ വിജ്ഞാപനങ്ങളിലാണ് സ്വാത ന്ത്ര്യസമരത്തോടുള്ള നിലപാട് പാർട്ടി വ്യക്തമാക്കിയത്. 'പൂർണ സ്വാ തന്ത്ര്യം, സമൂലമായ സാമ്പത്തിക- സാമൂഹ്യ പരിഷ്കാരങ്ങൾ' എന്നീ

മുദ്രാവാക്യങ്ങൾ ഈ വിജ്ഞാപനങ്ങൾ മുമ്പോട്ടുവച്ചു. ഈ മുദ്രാവാ ക്യമുയർത്തിയ കമ്യൂണിസ്റ്റുകാരെയും ഇടതുപക്ഷക്കാരെയും ആകർഷി ച്ചാൽ മാത്രമേ സ്വാതന്ത്ര്യസമരം വിജയിക്കൂ എന്നുകണ്ട് കോൺഗ്രസ് 1929 ൽ അതിന്റെ ലാഹോർസമ്മേളനത്തിൽ ഇടതുപക്ഷച്ചായ്വുള്ള ജവാ ഹർലാൽ നെഹ്റുവിനെ പ്രസിഡണ്ടാക്കി.

1920 കളുടെ തുടക്കത്തിൽ ഇന്ത്യയിലെ ചില പ്രധാനകേന്ദ്രങ്ങളിൽ കമ്യൂണിസ്റ്റ്ഗ്രൂപ്പുകൾ പ്രത്യക്ഷപ്പെട്ടുവെന്നുപറഞ്ഞല്ലോ. അന്നത്തെ ഘട്ട ത്തിൽ അവയ്ക്കു ചെയ്യാൻകഴിയുമായിരുന്ന പ്രധാനജോലി ആശയപ്ര ചാരണം തന്നെ. അതോടൊപ്പം അവർ മറ്റൊന്നുകൂടി ചെയ്തു. എ ഐ ടി യു സി ക്കൈത്ത് സജീവമായി. തൊഴിലാളികളെ സംഘടിപ്പിക്കാനും അവരുടെ സമരങ്ങൾ നയിക്കാനും തുടങ്ങി. ഫലമോ? ട്രേഡ് യൂണിയ നുകളുടെ എണ്ണംവർദ്ധിച്ചു. അവയിലെ അംഗസംഖ്യ പെരുകി. അവയുടെ നേതൃത്വത്തിലുള്ള സമരങ്ങൾക്ക് ആക്കവും ഊക്കുംകൂടി.

ഇത് ബ്രിട്ടീഷ്ഗവൺമെന്റിനെ പരിഭ്രാന്തമാക്കി. കമ്യൂണിസ്റ്റുകാർ തൊഴിലാളികൾക്കിടയിൽ സജീവമായിപ്രവർത്തിക്കുന്നുണ്ടെന്ന് അവർക്ക് ബോധ്യമായി. അതുകൊണ്ട് പാർട്ടിയെ മുളയിൽത്തന്നെ നുള്ളിക്കള യണം എന്നുതീരുമാനിച്ചു. അതിന്റെഭാഗമായി 1923 മേയിൽ കോൺപൂ രിൽ ഷൗക്കത്ത് ഉസ്മാനിയെയും കൽക്കത്തയിൽ മുസഫർ അഹമ്മദി നെയും ബോംബെയിൽ ഡാങ്കെയെയും അറസ്റ്റ് ചെയ്തു. ഏതാനും ദിവസങ്ങൾക്കകം ലാഹോറിൽ ഗുലാം ഹുസൈനും അറസ്റ്റിലായി. 1818 ലെ റഗുലേഷൻ മൂന്ന് അനുസരിച്ച് മൂവരെയും വിചാരണകൂടാതെ തട വിലാക്കി. ഇന്ത്യൻ പീനൽകോഡിലെ 121 എ വകുപ്പനുസരിച്ച് 1924 മാർച്ചിൽ കോൺപൂരിലെ കോടതിയിൽ അവർക്കെതിരെ ചാർജ്ഷീറ്റ് ഫയൽ ചെയ്തു. അതിൽ എട്ടുപേരെ പ്രതികളാക്കി. മുകളിൽ പറഞ്ഞ നാലുപേർക്കുപുറമെ നളിനി ഗുപ്ത, ശിങ്കാരവേലുച്ചെട്ടിയാർ, രാമചന്ദ്ര ലാൽ ശർമ, എം എൻ റോയി എന്നിവരായിരുന്നു പ്രതികൾ. ഈ കേ സാണ് *കോൺപൂർ ഗൂഢാലോചനക്കേസ്* എന്ന പേരിൽ അറിയുന്നത്. അത് കെട്ടിച്ചമച്ചതിന്റെ ലക്ഷ്യം അന്നത്തെ ഇന്റലിജൻസ് ബ്യൂറോ ഡയ റക്ടർ ലഫ്ടനന്റ് കേണൽ സിസിൽ കേയി ഇപ്രകാരം വിശദീകരിച്ചു:

ഒരു ഒറ്റപ്പെട്ട ഘടകമെന്ന നിലയിൽപ്പോലും ഇന്ത്യയിലെ കമ്യൂണിസ്റ്റ് പ്രസ്ഥാനത്തിന്റെ അടിയന്തരവും രാഷ്ട്രീയവുമായ ആപത്ത് വ്യക്തമാണ്.ഒരു വശത്ത് ബംഗാൾ വിപ്ലവകാരികളുടെ പ്രതിനിധികളും – അവരിൽ പലരും എം എൻ റോയിയുടെ സുഹൃ ത്തുക്കളും നിസ്സഹകരണ പ്രസ്ഥാനത്തിന്റെ പരാജയത്തെത്തു ടർന്ന് തങ്ങളുടെ പഴയ പ്രവർത്തനം പുനരാരംഭിക്കുന്നതിലേക്ക് നീങ്ങിത്തുടങ്ങിയവരുമാണ്– മറുവശത്ത് സി ആർ ദാസും കോൺഗ്രസ്പാർട്ടിയിലെ ഇടതുവിഭാഗവും തമ്മിൽ ആശയവിനി മയംനടക്കുന്നുണ്ട്. ഇതിൽ രണ്ടാമതു പറഞ്ഞ വിഭാഗം പ്രത്യ ക്ഷസമരമാരംഭിക്കൻ തൊഴിലാളിവർഗത്തെ സംഘടിപ്പിക്കുന്നതി

നുള്ള തങ്ങളുടെആഗ്രഹം മറച്ചുവച്ചിട്ടില്ല. ഈ രണ്ടുഗ്രൂപ്പുകൾ
ക്കിടയിൽ റോയിയുടെ കമ്യൂണിസ്റ്റുകാർ ആപൽക്കരമാംവിധം
സൗകര്യപ്രദമായനിലയിലാണ്.

കേയിയുടെ അഭ്യർഥനയനുസരിച്ച് പത്രങ്ങൾ ഈ കേസിനെ
'കോൺപൂർ ബോൾഷെവിക് ഗൂഢാലോചനക്കേസ്' എന്നാണ് വിശേ
ഷിപ്പിച്ചത്. മജിസ്ട്രേറ്റ് കോടതിയിൽനിന്ന് കേസ് സെഷൻസ് കോടതി
യിലേക്കുമാറ്റി. 1924 മേയിൽ കേസിന്റെ വിധിവന്നു. വിധിപറഞ്ഞ ജഡ്ജി
എച്ച് എൽ ഹോം– പ്രസിദ്ധമായ ചൗരിചൗര കേസിൽ 172 ആളുകളെ
തൂക്കിക്കൊല്ലാൻ വിധിച്ച് കുപ്രസിദ്ധി നേടിയ ആൾ. എസ് എ ഡാങ്കെ,
ഷൗക്കത്ത് ഉസ്മാനി, മുസഫർ അഹമ്മദ്, നളിനി ഗുപ്ത എന്നീ നാലു
പേരെ– പല കാരണങ്ങളാൽ അവരെ മാത്രമേ കോടതിയിൽ ഹാജരാ
ക്കാൻ കഴിഞ്ഞുള്ളൂ– നാലുവർഷം വീതം കഠിനതടവിന് ശിക്ഷിച്ചു. നാലു
പേരെയും നാല് വ്യത്യസ്ത ജയിലുകളിലാക്കി.

തുടർന്ന് അലാഹാബാദ് ഹൈക്കോടതിയിൽനാലുപേരും
അപ്പീൽകൊടുത്തു. ബ്രിട്ടനിൽ അഭിപ്രായസ്വാതന്ത്ര്യമുണ്ടെന്നും കമ്മ്യൂ
ണിസ്റ്റ്പാർട്ടി നിയമവിധേയമായി പ്രവർത്തിക്കുന്നുണ്ടെന്നും ഇന്ത്യക്ക്
അത് നിഷേധിക്കുന്നത് ജനാധിപത്യത്തിനും മനുഷ്യമര്യാദയ്ക്കും നിര
ക്കാത്തതാണെന്നും മുസഫർ അഹമ്മദ് വാദിച്ചുനോക്കി. കോടതി ഇതൊ
ന്നും ചെവിക്കൊണ്ടില്ല. സെഷൻസ് കോടതി നൽകിയ ശിക്ഷ ഹൈക്കോ
ടതി സ്ഥിരപ്പെടുത്തി.

കോൺപൂർഗൂഢാലോചനക്കേസിലെ പ്രതികളെ എം എൻ

കാൺപൂർ ഗൂഢാലോചനക്കേസിലെ പ്രതികൾ:
നളിനി ഗുപ്ത, ഷൗക്കത്ത് ഉസ്മാനി, ഡാങ്കെ. മുസഫർ അഹമ്മദ്

റോയിയും കോമിന്റേണും ശക്തിയായി പിന്തുണച്ചു.1924 മേയ് 21 ന് ബ്രി
ട്ടീഷ് ഗവൺമെന്റിന് അയച്ച തുറന്നകത്തിൽ എം എൻ റോയി എഴുതി:
സോഷ്യലിസ്റ്റ്– കമ്യൂണിസ്റ്റ് ആശയങ്ങളുടെ പ്രചാരണം,
അതായത് തൊഴിലാളിവർഗാശയത്തിന്റെ പ്രചാരണം, ഗ്രേറ്റ് ബ്രിട്ട
നിലും പുത്രികാരാജ്യങ്ങളിലും നിയമവിരുദ്ധമായി പ്രഖ്യാപിച്ചിട്ടു
ണ്ടോ? ഇല്ലെങ്കിൽ ബ്രിട്ടീഷ്ഇന്ത്യയിൽ അതെന്തിന് നിയമവിരു
ദ്ധമാക്കണം? ബ്രിട്ടീഷ് സാമ്രാജ്യത്വത്തിന്റെ മറ്റേതെങ്കിലും ഭാഗത്ത്
സോഷലിസ്റ്റ്– കമ്യൂണിസ്റ്റ് പാർട്ടികൾക്ക്, അതായത് തൊഴിലാളി
വർഗ പാർട്ടികൾക്ക് നിലനിൽക്കാനുള്ള സ്വാതന്ത്ര്യം നിഷേധിച്ചി
ട്ടുണ്ടോ? ഇല്ലെങ്കിൽ ഇന്ത്യയിൽ മാത്രം അതെന്തിന് നിഷേധിക്ക
ണം? മൂന്നാം ഇന്റർനാഷണലിൽ അഫിലിയേറ്റ് ചെയ്ത ബ്രിട്ടനി
ലെയും ആസ്ട്രേലിയയിലെയും ന്യൂസിലാൻഡിലെയും കനഡ
യിലെയും ദക്ഷിണാഫ്രിക്കയിലെയും കമ്യൂണിസ്റ്റ്പാർട്ടികളെ
സംബന്ധിച്ചിടത്തോളം അങ്ങനെചെയ്തത് കുറ്റകരമാണോ?
അല്ലെങ്കിൽ ഇന്ത്യൻകമ്യൂണിസ്റ്റ്പാർട്ടി അതിൽ അഫിലിയേറ്റ്
ചെയ്യുന്നത് എങ്ങനെ രാജ്യദ്രോഹപരമായ ഗൂഢാലോചന ആയി
ത്തീരും?

ഇപ്രകാരം റോയി കോടതിവിധിയെ നിശിതമായിവിമർശിച്ച്
കേസിലെപ്രതികളെ പിന്തുണച്ചപ്പോൾ ദേശീയനേതൃത്വം ശിക്ഷയെ
അപലപിക്കുകയുണ്ടായില്ല. തന്നെയുമല്ല, കമ്യൂണിസ്റ്റുകാരുടെ പ്രവർത്ത
നങ്ങളെ അവരിൽ ചിലർ കുറ്റപ്പെടുത്തുകപോലും ചെയ്തു. "ഇന്ത്യയിൽ
ആപൽക്കരമായ ഒരു വിപ്ലവഗൂഢാലോചനയുണ്ടെന്ന് കോൺപൂർ കേസ്
തെളിയിക്കുന്നു" വെന്നു പറയാൻ ആനിബസന്റ് മടിച്ചില്ല.

ഇന്ത്യയിലെ ചില പ്രധാനകേന്ദ്രങ്ങളിൽ പ്രവർത്തനമാരംഭിച്ച കമ്യൂ
ണിസ്റ്റ് ഗ്രൂപ്പുകളെ അന്യോന്യം ബന്ധപ്പെടുത്താനും അഖിലേന്ത്യാടി
സ്ഥാനത്തിൽ കമ്യൂണിസ്റ്റ് പാർട്ടിക്ക് രൂപം നൽകാനും കമ്യൂണിസ്റ്റ് ഇന്റർ
നാഷണൽ ആരംഭിച്ച ശ്രമം വിജയിക്കുന്നതിനുമുമ്പ് ബ്രിട്ടീഷ്ഭരണാധി
കാരികൾ കമ്യൂണിസ്റ്റുകാർക്കെതിരെ കോൺപൂർ ഗൂഢാലോചനക്കേസി
ലൂടെ ആഞ്ഞടിച്ചു. അതോടെ കമ്യൂണിസ്റ്റുകാരുടെ കഥകഴിഞ്ഞു എന്ന
വർ ആശ്വസിച്ചു.   അങ്ങനെ ആശ്വസിച്ചിരിക്കവേആണ് സത്യഭക്തൻ
എന്നൊരാൾ 'ഇന്ത്യൻ കമ്യൂണിസ്റ്റ് പാർട്ടി' രൂപീകരിക്കാനുള്ള ശ്രമം
നടത്തിയത്. തീവ്രവാദ രാഷ്ട്രീയത്തിന്റെ അനുയായി ആയിരുന്ന സത്യ
ഭക്തൻ കോൺഗ്രസിന്റെ സജീവപ്രവർത്തകനുമായിരുന്നു. ഗാന്ധിജി
നിസ്സഹകരണപ്രസ്ഥാനം നിർത്തിവെച്ചപ്പോൾ കോൺഗ്രസിൽ വിശ്വാസം
നഷ്ടപ്പെട്ട അദ്ദേഹത്തെ സോഷ്യലിസ്റ്റ്ചിന്താഗതി ആകർഷിക്കുകയാ
യിരുന്നു. അദ്ദേഹം ഒരു ഇടതുപക്ഷവാരികയായ *പ്രണ്‍വീറിന്റെ* പ്രവർത്ത
നത്തിൽ സഹകരിക്കുകയും കോൺപൂരിൽ ഒരു സോഷ്യലിസ്റ്റ് പുസ്ത
കക്കട തുടങ്ങുകയുംചെയ്തു. 1924 സെപ്തംബർ 5 ന് ഹിന്ദി ദിനപത്ര
മായ *ആജ്ജിൽ* പ്രസിദ്ധീകരിച്ച കത്ത്വഴി ഒരു ഇന്ത്യൻ കമ്യൂണിസ്റ്റു

പാർട്ടി രൂപീകരണ ഉദ്ദേശ്യം അദ്ദേഹം പ്രഖ്യാപിക്കുകയും ഈ ഉദ്ദേശ്യ ലക്ഷ്യത്തോടെ 1925 ഡിസംബർ 28 മുതൽ 30 വരെ കോൺപൂരിൽ ഒരു സമ്മേളനം വിളിച്ചുകൂട്ടുകയും ചെയ്തു. ഇന്ത്യയിലെ വിവിധ കമ്യൂണിസ്റ്റ് ഗ്രൂപ്പുകളുടെ പ്രതിനിധികളെ സമ്മേളനത്തിലേക്ക് ക്ഷണിച്ചിരുന്നു. ബോംബെയിൽ നിന്ന് ആർ എസ് നിംബ്കർ, ജെ പി ബാഗർഹട്ട, കെ എൻ ജോഗ്ളേക്കർ, എസ് വി ഘാട്ടെ, ധാൻസിയിൽ നിന്ന് അയോധ്യാ പ്രസാദ്, പഞ്ചാബിൽ നിന്ന് സന്തോഖ് സിങ്, ലാഹോറിൽനിന്ന് എസ് ഡി ഹസൻ, രാമചന്ദ്ര, മദിരാശിയിൽനിന്ന്കാമേശ്വരരാവു,കൃഷ്ണസ്വാമി അയ്യങ്കാർ, ശിങ്കാരവേലുച്ചെട്ടിയാർ എന്നിവർ സമ്മേളനത്തിൽ പങ്കെടുത്തു. കൽക്കത്തയിൽനിന്നുള്ള പ്രതിനിധിയായി രാധാമോഹൻ ഗോകുൽജി സംബന്ധിച്ചു. മുസഫർ അഹമ്മദും സമ്മേളനത്തിനെത്തി.

സമ്മേളന സംഘാടനകനായ സത്യഭക്തൻ കോമിന്റേണുമായി ബന്ധമില്ലാത്തതും തികച്ചും നിയമവിധേയമായിപ്രവർത്തിക്കുന്നതുമായ ഒരു കമ്യൂണിസ്റ്റുപാർട്ടി രൂപീകരിക്കണമെന്നാണ് ആഗ്രഹിച്ചത്. സ്വാഗത സംഘം ചെയർമാൻ ഹസ്രത് മൊഹാനിയുടെയും സമ്മേളനഅധ്യക്ഷൻ ശിങ്കാരവേലുച്ചെട്ടിയാരുടെയും അഭിപ്രായംഏറെക്കുറെ ഇതുതന്നെ ആയിരുന്നു. എങ്കിലും അവരുടെഅഭിപ്രായത്തിന് സമ്മേളനത്തിൽ അംഗീകാരം ലഭിച്ചില്ല. സമ്മേളനം പാർട്ടിയുടെ പേർ ദേശീയകമ്യൂണിസ്റ്റ് പാർട്ടി എന്ന അർഥം വരുന്ന 'ഇന്ത്യൻ കമ്യൂണിസ്റ്റ് പാർട്ടിയിൽനിന്ന് 'കമ്യൂണിസ്റ്റ്പാർട്ടി ഓഫ് ഇന്ത്യ' എന്നാക്കിമാറ്റി. പാർട്ടി ഭരണഘടന അംഗീകരിച്ചു. അതിൽ പാർട്ടിയുടെ ലക്ഷ്യം ഇപ്രകാരം പ്രഖ്യാപിച്ചു: " ഉൽപ്പാദന വിതരണോ പാധികളുടെ സാമൂഹികവൽക്കരണത്തിൽ അധിഷ്ഠിതമായ തൊഴിലാളി–കർഷക റിപ്പബ്ലിക്കിന്റെ സ്ഥാപനം. ഇന്ത്യയെ ബ്രിട്ടീഷ്സാമ്രാജ്യത്ത ത്തിൽ നിന്ന് മോചിപ്പിച്ചുകൊണ്ടാണ് ഇത് സാധ്യമാവുക"

പാർട്ടി കേന്ദ്രം ബോംബെയിലേക്ക് മാറ്റാനും ശിങ്കാരവേലു മദിരാ ശിയിൽനിന്ന് പ്രസിദ്ധീകരിച്ചുകൊണ്ടിരുന്ന *ലേബർ ആന്റ് കിസാൻ ഗസറ്റ്* ഏറ്റെടുത്ത് പാർട്ടി മുഖപത്രമാക്കാനും തീരുമാനിച്ചു. ശിങ്കാരവേലുവിനെ പ്രസിഡണ്ടായും ആസാദ് ശോഭാനിയെ വൈസ്പ്രസിഡണ്ടായും എസ് വി ഘാട്ടെ, ജാനകി പ്രസാദ് ബാഗർഹട്ട എന്നിവരെ ജനറൽ സെക്രട്ടറി

ഭഗത്സിംഗ്   രാജഗുരു   സുഖദേവ്

മാരായും തിരഞ്ഞെടുത്തു. കൽക്കത്ത, ബോംബെ, കോൺപൂർ, മദിരാ ശി, ലാഹോർ എന്നീ അഞ്ച് പ്രവിശ്യാകേന്ദ്രങ്ങൾ പാർട്ടി പ്രവർത്തകസ മിതിയുടെ മേൽനോട്ടത്തിൽ പ്രവർത്തിക്കണമെന്ന് നിശ്ചയിച്ചു.

സത്യഭക്തൻ ആഗ്രഹിച്ചതിൽനിന്ന് ഭിന്നമായിരുന്നു സമ്മേളനതീരു മാനമെന്നതിനാൽ അദ്ദേഹം" തന്റെ കടലാസ്സുകളെല്ലാം ഖദർബാഗിൽ കുത്തിനിറച്ച് സമ്മേളനം വിട്ടിറങ്ങിപ്പോയി."(മുസഫർ അഹമ്മദ്).

കോൺപൂരിൽ കമ്യൂണിസ്റ്റ് പാർട്ടി ഓഫ് ഇന്ത്യ രൂപീകരിച്ച ഘട്ട ത്തിൽ അതിന് രാഷ്ട്രീയ സംഘടനാശേഷിയില്ലായിരുന്നുവെങ്കിലും അടുത്തവർഷംതന്നെ അത് രാജ്യത്തെ അന്നത്തെ സ്ഥിതിഗതികളിൽ ഇടപെടാൻ തുടങ്ങി. അതിന് മൂന്നുദാഹരണങ്ങൾ സി പി ഐ (എം) ചരിത്രകമീഷൻ തയ്യാറാക്കിയ ഇന്ത്യയിലെ കമ്യൂണിസ്റ്റു പ്രസ്ഥാനചരി ത്രത്തിൽ ചൂണ്ടിക്കാണിക്കുന്നുണ്ട്. വർഗീയ പ്രശ്നത്തെപ്പറ്റിയുള്ള സി പി ഐ മാനിഫെസ്റ്റോ, എ ഐ ടി യു സി സമ്മേളന (1926) ത്തിന് അയ ച്ചസന്ദേശം, ഇന്ത്യൻ നാഷണൽകോൺഗ്രസിന്റെ ഗുവാഹത്തി സമ്മേ ളനത്തിലേക്കുള്ള മാനിഫെസ്റ്റോ എന്നിവയാണ് അവ. കോൺപൂർ സമ്മേളനത്തിനുശേഷം സി പി ഐ ഇന്ത്യയിലെ ജനങ്ങളെ ആദ്യമായി അഭിസംബോധനചെയ്തത് ഹിന്ദു മുസ്ലീം പ്രശ്നം എന്ന മാനിഫെസ്റ്റോ വിലൂടെയായിരുന്നു. ഇന്ത്യയിലെ വർഗീയതാപ്രശ്നത്തിന് അത് തികച്ചും പുതിയ ഒരു പരിഹാരം നിർദേശിച്ചു.

4

തൊഴിലാളി-കർഷകപാർട്ടി രൂപീകരണവും പണിമുടക്കുപരമ്പരകളും

ഇന്ത്യൻ കമ്യൂണിസ്റ്റുപാർട്ടിയുടെ കേന്ദ്രക്കമ്മിറ്റി 1927 ജനുവരി 16 മുതൽ 18 വരെ ബോംബെയിൽചേർന്ന് ഒരു തൊഴിലാളി– കർഷകപാർട്ടി സംഘടിപ്പിക്കാൻ തീരുമാനിച്ചു. രാജ്യത്ത് ജനാധിപത്യവിപ്ലവം പൂർത്തീ കരിക്കുന്നതിനുള്ള തൊഴിലാളിവർഗത്തിന്റെയും കൃഷിക്കാരുടെയും പെറ്റിബൂർഷ്വാസിയുടെയും ഐക്യമുന്നണിയുടെ സംഘടനാരൂപമായി ട്ടാണ് അത് വിഭാവനം ചെയ്യപ്പെട്ടത്. കേന്ദ്രക്കമ്മിറ്റിതീരുമാനം പുറത്തു വന്ന് അധികം കഴിയുന്നതിനുമുമ്പുതന്നെ നാലുപ്രവിശ്യകളിൽ തൊഴി ലാളി– കർഷകപാർട്ടികൾ രൂപംകൊണ്ടു.

ഇത്തരത്തിലുള്ള ആദ്യസംഘടന രൂപം കൊണ്ടത് ബംഗാളിൽ. അവിടെ ലേബർ സ്വരാജ് പാർട്ടിയെ തൊഴിലാളി– കർഷക പാർട്ടിയായി പരിവർത്തിപ്പിക്കുകയായിരുന്നു. ഹേമന്തകുമാർ സർക്കാർ, കാസി നസ്രുൽ ഇസ്ലാം, ഖുദ്ബുദ്ദീൻ അഹമ്മദ്, ഡോ നരേഷ് സെൻഗുപ്ത, ഷംസുദ്ദീൻ ഹുസൈൻ തുടങ്ങിയവർ 1935 നവംബർ 1 ന് സ്ഥാപിച്ചതായി രുന്നു ലേബർ സ്വരാജ് പാർട്ടി.അത് ഇന്ത്യൻ നാഷണൽ കോൺഗ്രസി ന്റെ ഒരു ഭാഗം ആയിരുന്നു. കോൺഗ്രസിലെ അംഗങ്ങൾക്കുമാത്രമേ അതിൽ അംഗത്വം നൽകിയിരുന്നുള്ളൂ. പാർട്ടി അതിന്റെ മുഖപത്രമെന്ന നിലയിൽ *ലാംഗാൽ* എന്നൊരു വാരികയും പുറത്തിറക്കി. അതിന്റെ ചുമ തല കാസി നസ്രുൽ ഇസ്ലാമിനായിരുന്നു. എന്നാൽ സാമ്പത്തികഞെ രുക്കം മൂലം 1926 ഏപ്രിലിൽ 'ലാംഗാലി'ന്റെ പ്രസിദ്ധീകരണം നിർത്തി വെച്ചു. മുസഫർ അഹമ്മദിന്റെ പത്രാധിപത്യത്തിലുള്ള *ഗണവാണി* എന്ന പുതിയ വാരിക ആ സ്ഥാനമേറ്റു.

ലേബർ സ്വരാജ്പാർട്ടിയുടെ കൃഷ്ണനഗർസമ്മേളനം സംഘടന യുടെ പേര് പെസന്റ് ആന്റ് വർക്കേഴ്സ് പാർട്ടി എന്നാക്കി മാറ്റി. പിന്നീ ടൊരു സമ്മേളനത്തിൽവെച്ച് പേർ വർക്കേഴ്സ് ആന്റ് പെസന്റ് പാർട്ടി

എന്നാക്കി പരിവർത്തിപ്പിച്ചു. അത് തങ്ങളെ ഇന്ത്യൻനാഷണൽ കോൺഗ്രസിൽ നിന്നും ഭീകരപ്രസ്ഥാനത്തിൽ നിന്നും സ്വയം വേർതി രിച്ചുനിർത്തി. മറ്റു പ്രവിശ്യകളിൽ തൊഴിലാളി- കർഷകപാർട്ടികൾ രൂപീ കരിക്കുന്നതിന് ബംഗാളിലെ അതിന്റെ പ്രവർത്തനം സഹായകമായി. അടുത്തായി തൊഴിലാളി-കർഷകപാർട്ടി രൂപംകൊണ്ടത് ബോംബെയിൽ- 1927 ഫെബ്രുവരി 8 ന്.ഡി ആർ തെണ്ഡി പ്രസിഡണ്ട്, എസ് എസ് മിറാ ജ്കർ സെക്രട്ടറി. 1927 മേയിൽ നടന്ന ബോംബെ എ ഐ സി സി സമ്മേ ളനത്തിൽ പാർട്ടി ഒരു കർമപരിപാടി വിതരണം ചെയ്തു.1927 മെയ് മാസ ത്തിനുമുമ്പ് അർജുൻലാൽ സേഥിയുടെ നേതൃത്വത്തിൽ രജപുത്താന യിൽ തൊഴിലാളി- കർഷകപാർട്ടി സ്ഥാപിതമായി. 1925 ലെ കോൺപൂർ കമ്യൂണിസ്റ്റ് സമ്മേളനത്തിൽ പങ്കെടുത്ത ആളാണ് സേഥി. സോഹൻസിങ് ജോഷിന്റെ നേതൃത്വത്തിൽ പഞ്ചാബിലും പിസി ജോഷിയുടെ നേതൃത ്രത്തിൽ ഐക്യ പ്രവിശ്യയിലും പാർട്ടി ജന്മമെടുത്തു.

ഇപ്രകാരം വിവിധപ്രവിശ്യകളിലുയർന്നുവന്ന തൊഴിലാളി- കർഷകപാർട്ടികൾ തൊഴിലാളികൾക്കും കൃഷിക്കാർക്കുമിടയിൽ കമ്യൂ ണിസ്റ്റ് ആശയഗതിയും കമ്യൂണിസ്റ്റുപ്രസ്ഥാനവും വ്യാപിപ്പിക്കുന്നതിൽ സുപ്രധാന പങ്കുവഹിച്ചു. അതിന്റെ നേതൃത്വത്തിൽ ട്രേഡ് യൂണിയനു കളും കർഷകസംഘടനകളുംരാജ്യത്തിന്റെ വിവിധ ഭാഗങ്ങളിലായി ഉയർ ന്. വളർന്നുവന്ന സംഘടിത യുവജനപ്രസ്ഥാനത്തിൽ ഇടപെടാൻ തുട ങ്ങി.യുവജനവിഭാഗത്തെ സംഘടിപ്പിക്കാൻ തന്നെ തീരുമാനിച്ചു. യുവ ജന സംഘടനയുടെ ആറിനകർമപരിപാടി തയ്യാറാക്കി. ബംഗാളിൽ പാർട്ടിയുടെ നേരിട്ടുള്ള നിയന്ത്രണത്തിലാണ് യങ് കോമ്രേഡ്സ് ലീഗ് രൂപം കൊണ്ടത്.

തൊഴിലാളി-കർഷക പാർട്ടി തൊഴിലാളികളുടെയും കൃഷിക്കാരു ടെയും താൽപ്പര്യങ്ങൾ സംരക്ഷിച്ചു. സെമിന്ദാരിസമ്പ്രദായം അവസാ നിപ്പിക്കണമെന്നും രാജ്യത്തിന് സമ്പൂർസ്വാതന്ത്ര്യം വേണമെന്നും ആവ ശ്യപ്പെട്ടു. സൈമൺ കമീഷൻ ബഹിഷ്കരണപ്രസ്ഥാനത്തിൽ നേതൃ ത്വപരമായ പങ്കുവഹിച്ചു. 1928 ൽ പ്രവിശ്യാതലത്തിൽ പ്രവർത്തിച്ചുകൊ ണ്ടിരുന്നതൊഴിലാളി-കർഷകപാർട്ടികളെ കൽക്കത്തയിൽചേർന്ന സമ്മേ ളനം അഖിലേന്ത്യാതലത്തിൽ ഏകോപിപ്പിച്ചു. സോഹൻസിങ് ജോഷി ന്റെ അധ്യക്ഷതയിൽചേർന്ന സമ്മേളനം അദ്ദേഹത്തെ പാർട്ടിയുടെ പ്രസി ഡണ്ടായും ആർ എസ് നിംബ്കാറെ സെക്രട്ടറിയായും തിരഞ്ഞെ ടുത്തു.

പാർട്ടിയെ ലീഗ് എഗിൻസ്റ്റ് ഇമ്പീരിയലിസത്തിൽ അഫിലിയെറ്റു ചെയ്യാൻ തീരുമാനിച്ചു. പാർട്ടി ഭരണഘടനയുടെ കരടിന് അംഗീകാരം നൽകി. അതിൽ പാർട്ടിയുടെലക്ഷ്യം ഇപ്രകാരം പ്രഖ്യാപിച്ചു.

സാമ്രാജ്യത്വത്തിൽ നിന്ന് പൊതുവെയും ബ്രിട്ടീഷ് സാമ്രാജ്യ ത്വത്തിൽ നിന്നുവിശേഷിച്ചും പൂർണസ്വാതന്ത്ര്യം കൈവരിക്കുക,

ലേബർ കിസാൻ ഗസറ്റ്

ബഹുജനങ്ങളുടെ സാമ്പത്തിക-സാമൂഹ്യ- രാഷ്ട്രീയ മോച നത്തെ അടിസ്ഥാനപ്പെടുത്തി ഇന്ത്യയെ സമ്പൂർണമായി ജനാധി പത്യവൽക്കരിക്കുക.

കമ്യൂണിസ്റ്റുകാർ തൊഴിലാളി- കർഷകപാർട്ടി കെട്ടിപ്പടുക്കാനും ശക്തിപ്പെടുത്താനും ആകണ്ഠം മുഴുകിയതിനോടൊപ്പം ട്രേഡ് യൂണി യൻരംഗത്ത് കൂടുതൽ ശ്രദ്ധപതിപ്പിച്ചു. അതിന്റെ ഫലം പെരുകി വന്ന തൊഴിലാളി സമരങ്ങളിൽ പ്രതിഫലിച്ചു. 1924 മുതൽ വളർന്നുവന്ന സമ രങ്ങൾ ക്രമേണ വ്യാപകവുംശക്തവുമായി. പണിമുടക്കുകളുടെ വേലി യേറ്റം ആരംഭിച്ചു. പെട്ടെന്നുതുടങ്ങി അധികം നീണ്ടുനിൽക്കാതെ അവ സാനിക്കുന്ന പണിമുടക്കുകളുടെ കാലം കഴിഞ്ഞു. നീണ്ടുനിൽക്കുന്ന സമരങ്ങളുടെ കാലം ആരംഭിച്ചു.

1927 ഫെബ്രുവരി 12 ന് ഖരഗ്പൂരിലെ 25,000 റെയിൽവെതൊഴിലാ ളികൾ പണിമുടക്കി. പണിമുടക്കം തച്ചമർത്തുന്നതിന് ഗവൺമെന്റ് പട്ടാ ളത്തെ അയച്ചു. ആ ഘട്ടത്തിൽ ഇന്ത്യൻവംശജനായ ബ്രിട്ടീഷ്കമ്യൂണിസ്റ്റ് നേതാവ് ഷാപുർജിസക്ലത്‌വാല ഇന്ത്യയിൽ സന്ദർശനം നടത്തുന്നുണ്ടാ യിരുന്നു. വിവരമറിഞ്ഞ് അദ്ദേഹം റെയിൽവെ തൊഴിലാളി നേതാവ് വി വി ഗിരിയോടൊപ്പം ഖരഗ്പൂരിലേക്ക് തിരിച്ചു. തൊഴിലാളികളോട് സംസാ രിക്കാൻ അദ്ദേഹത്തെ അധികൃതർ അനുവദിച്ചില്ല. തൊഴിലാളികളുടെ ആവശ്യങ്ങൾ അനുഭാവപൂർവം പരിഗണിക്കാമെന്നും അവർക്കെതിരെ പ്രതികാരനടപടികൾസ്വീകരിക്കുകയില്ലെന്നും മാർച്ച് മധ്യത്തിൽ അധി കൃതർ ഉറപ്പുനൽകി. അതിന്റെ അടിസ്ഥാനത്തിൽ പണിമുടക്ക് പിൻവ ലിക്കപ്പെട്ടു. അധികൃതർ പക്ഷേ,അവരുടെ ഉറപ്പ് ലംഘിച്ചു. 1927 സെപ്തം ബർ7 ന് 1700 തൊഴിലാളികൾക്ക് പിരിച്ചുവിടൽ നോട്ടീസ് നൽകി. അടുത്ത ദിവസംതന്നെ തൊഴിലാളികൾ പണിമുടക്കി. സെപ്തംബർ 12 ന് അധി

കൃതർ റെയിൽവെ വർക്ക്ഷോപ്പിൽ ലോക്കൗട്ട് പ്രഖ്യാപിച്ചു. പണിമു
ടക്ക് ആറുമാസം നീണ്ടു.

ഈ പണിമുടക്ക് അവസാനിക്കുമ്പോഴേക്ക് റെയിൽവെതൊഴിലാ
ളികൾ പലേടങ്ങളിലും പണിമുടക്കി. മിതവാദിയായ തൊഴിലാളിനേതാവ്
വിവി ഗിരിക്കുപോലും സമ്മതിക്കേണ്ടിവന്നു. " റെയിൽവെ തൊഴിലാളി
കൾക്കു മുമ്പിലുള്ള ഒരേയൊരു മാർഗം പൊതുപണിമുടക്കാണ്." വാസ്ത
വത്തിൽ ബംഗാൾ– നാഗ്പൂർ റെയിൽവെപണിമുടക്ക് ആദ്യത്തെ
ഏറ്റവുംപ്രധാനപ്പെട്ട പണിമുടക്കായിരുന്നു. അതിൽ കമ്യൂണിസ്റ്റുകാർ
സുപ്രധാനപങ്ക് വഹിച്ചു. കമ്യൂണിസ്റ്റുകാർ പണിമുടക്കിന്റെസ്വഭാവ
ത്തിൽതന്നെ മാറ്റംവരുത്തിയെന്ന് ഒരു കമ്യൂണിസ്റ്റ്വിരുദ്ധചരിത്രകാരനായ
വി ബി കാർണിക് അഭിപ്രായപ്പെട്ടു. സുകോമൾസെൻ ഈ പണിമുട
ക്കിന്റെ പ്രാധാന്യം രേഖപ്പെടുത്തിയത് ഇങ്ങനെയാണ് "ചിന്നിച്ചിതറി
യതും അനാസൂത്രിതവുമായ ആദ്യകാലപണിമുടക്കുകളോട് യാത്ര പറ
യുകയാണെന്ന വസ്തുത ഇത് ചൂണ്ടിക്കാട്ടി. അതുപോലെ ഇന്ത്യയിലെ
തന്നെ തൊഴിലാളിവർഗം വർഗബോധത്തോടുകൂടിയതും ഒരുമ
യുള്ളതുമായ സമരങ്ങൾ നടത്താനുള്ള ദിശയിലേക്കെത്തിയിരിക്കുന്നു
വെന്നും ഇത് വ്യക്തമാക്കി"

ഖരഗ്പൂർ റെയിൽവെതൊഴിലാളിപണിമുടക്കിന്റെ അനുഭവ
മുൾക്കൊണ്ട് കൽക്കത്തയ്ക്ക് സമീപമുള്ള ലിലുവായിലെ ഈസ്റ്റിന്ത്യാ
റെയിൽവെ തൊഴിലാളികളുടെ ഇടയിൽ കമ്യൂണിസ്റ്റുകാർ സജീവമായ
ട്രേഡ്യൂണിയൻ പ്രവർത്തനത്തിൽ മുഴുകി. 1928 ൽ അവിടത്തെ തൊഴി
ലാളികൾ പണിമുടക്കിലേർപ്പെട്ടു. ദേശീയവാദികളും സോഷ്യലിസ്റ്റുകാരും
കമ്യൂണിസ്റ്റുകാരും പണിമുടക്ക് വിജയിപ്പിക്കുന്നതിനുള്ള പ്രവർത്തന
ത്തിൽ വ്യാപൃതരായി. കിരൺമിത്ര, ശിവ്നാഥ് ബാനർജി, ഗോപേൻ ചക്ര
വർത്തി തുടങ്ങിയവരായിരുന്നു പണിമുടക്ക് നേതാക്കൾ. അപ്പോൾ ബി
പി സി സി പ്രസിഡണ്ടായിരുന്ന സുഭാഷ് ചന്ദ്രബോസ് പണിമുടക്കിന്
പിന്തുണ നൽകി.ബിപി ടി യു സി പ്രസിഡണ്ട് മൃണാൾകാന്തി ബോസും
അതിന് പിന്തുണ പ്രഖ്യാപിച്ചു.റെയിൽവെ തൊഴിലാളികളുടെ ഈ പണി
മുടക്കിനോട് ബംഗാളിലെ തൊഴിലാളികൾ ഒന്നടങ്കം ഐക്യദാർഢ്യം
പ്രകടിപ്പിക്കുകയും പണിമുടക്കിയ തൊഴിലാളികൾക്കുവേണ്ടി 50,000 രൂപ
പിരിച്ചുണ്ടാക്കുകയും ചെയ്തു.ക്രമേണപണിമുടക്ക് മറ്റു സ്ഥലങ്ങളി
ലേക്കുംവ്യാപിച്ചു.ദണ്ടാൽ വർക്ക്ഷോപ്പിലെയും അസൻസോൾ
ലോക്കോസ്റ്റോറിലെയും തൊഴിലാളികൾ പണിമുടക്കിൽ ചേർന്നു.

ഇത്രയൊക്കെയായിട്ടും അധികൃതർ യാതൊരുവിട്ടുവീഴ്ചയ്ക്കും
തയ്യാറായില്ല. ബലപ്രയോഗത്തിലൂടെ സമരം പൊളിക്കുകയെന്ന മാർഗ
മാണ് അവർ അവലംബിച്ചത്. തൊഴിലാളികളാവട്ടെ നീണ്ടുനിന്ന യാത
നയും അർധപട്ടിണിയും മൂലം അങ്ങേയറ്റംക്ഷീണിതരായി. അനുഭവ
പണിമുടക്കിലെർപ്പെട്ട മറ്റുവ്യവസായങ്ങളിലെ തൊഴിലാളികളും

ജോലിക്ക് മടങ്ങിത്തുടങ്ങി. ഈ സാഹചര്യത്തിൽ പണിമുടക്ക് പിൻവ ലിക്കുകയല്ലാതെ മറ്റു മാർഗമില്ലെന്ന സ്ഥിതിവന്നു. ജൂലായ് ഒന്നിന് പണി മുടക്ക് നിരുപാധികംപിൻവലിച്ചു. ഈ പണിമുടക്ക് തൊഴിലാളി വർഗ ത്തിനുനൽകിയ വിലയേറിയപാഠം സുകോമൾസെൻ ഇങ്ങനെ ക്രോഡീ കരിച്ചു:

സാമ്പത്തികാവശ്യങ്ങളുടെഅടിസ്ഥാനത്തിൽ ഒരു ട്രേഡ്യൂണിയൻ സമരത്തിലേർപ്പെട്ട തൊഴിലാളികൾക്കെതിരായി സാമ്രാജ്യത്വഭരണം പരസ്യമായി അതിന്റെ സായുധസേനകളെ നിർഭയമായും ഭീകരമായും പണിമുടക്ക് പൊളിക്കാൻ എങ്ങനെഉപ യോഗിക്കുമെന്ന് അവർക്ക് കാണാൻ കഴിഞ്ഞു. ഇത് തൊഴിലാളി കൾക്കിടയിൽ സാമ്രാജ്യത്വവിരുദ്ധ രാഷ്ട്രീയബോധം വികസിപ്പി ക്കുന്നതിന് വമ്പിച്ച സംഭാവനനൽകി. *(ഇന്ത്യൻ തൊഴിലാളിവർഗ ചരിത്രം)*

1928 ജൂൺ– ജൂലായ് മാസങ്ങളിൽ പണിമുടക്കുകളുടെ ഒരു വെള്ള പ്പൊക്കം തന്നെയുണ്ടായി ബംഗാളിൽ. മണിസിങ് മെറ്റിയാസ് എന്ന സ്ഥലത്തുപോയി. രാധാരമൺ മിത്രയും ബങ്കിമുഖർജിയും സ്പ്രാറ്റും ചെങ്കയിലേക്കും ബൗറിയയിലേക്കും. സമരപരമ്പരകൾക്ക് നേതൃത്വം നൽകാൻ ചെങ്കയിൽ ചത്കൽ മസ്ദൂർ യൂണിയൻ ജന്മമെടുത്തു. ലക്ഷ ക്കണക്കിന് തൊഴിലാളികൾ ഒരു പൊതുപണിമുടക്കിലേക്കു നീങ്ങി.

മറ്റു പ്രവിശ്യകളും പിന്നിലായില്ല. 1928 ജൂലായ് 20 ന് ദക്ഷണേ ന്ത്യൻ റെയിൽവെ തൊഴിലാളികൾ പണിമുടക്കി. ആ പണിമുടക്കിനെ ബ്രിട്ടീഷ്ഗവൺമെന്റ് അടിച്ചമർത്തി.

1928 ഏപ്രിൽ 15 ന് ബോംബെയിലെ 20,000 ടെക്സ്റ്റൈൽ തൊഴി ലാളികൾ വമ്പിച്ചൊരു റാലി നടത്തി. മിതവാദികൾ മുതൽ കമ്യൂണിസ്റ്റു കാർ വരെയും അൽവെഗ് മു തൽ നിംബ്കാർ വരെയും അതി ലുണ്ടായിരുന്നു. ട്രേഡ് യൂണി യൻ നേതാക്കൾ പണിമുടക്കിന് ആഹ്വാനം നൽ കി.

ഏപ്രിൽ 26 ന് ബോംബെ യിലെ ടെക് സ്റ്റൈൽ തൊഴി

ഒരു ടെക്സ്റ്റൈൽമിൽ പിക്കറ്റ് ചെയ്ത വനിതാ വളണ്ടിയർമാർ

1929–ൽ ബോംബെ തൊഴിലാളി പണിമുടക്ക്

ലാളികളിൽ 70 ശതമാനം (അവരുടെ എണ്ണം രണ്ടുലക്ഷം വരും) പണി മുടക്ക് തുടങ്ങി. അത് ആറുമാസം നീണ്ടു. അഭൂതപൂർവവും ഐതിഹാ സികവുമായ പണിമുടക്കായിരുന്നു അത്.   പണിമുടക്ക് മുമ്പോട്ട് പൊയ്ക്കൊണ്ടിരിക്കെ മിതവാദിനേതാക്കൾ പിൻപന്തിയിലേക്ക് തള്ളപ്പെ ട്ടു. കമ്യൂണിസ്റ്റ്നേതാക്കളും കമ്യൂണിസ്റ്റനുകൂല നേതാക്കളും മുൻപന്തി യിലേക്ക് വന്നു. സമരത്തിനിടയിൽ ടെക്സ്റ്റൈൽ തൊഴിലാളികളുടെ മഹ ത്തായ ഒരു സംഘടന ഉയർന്നുവന്നു.ഗിർണികാംഗാർ യൂണിയൻ (ജി കെ യു).തുടക്കത്തിൽ അതിലെ അംഗസംഖ്യ 324 ആയിരുന്നു. 1928 അവ സാനം ആയപ്പോഴേക്കും ആ സംഘടനയിലെ അംഗസംഖ്യ 54,000 ആയി പെരുകി. 1929 ന്റെ ആദ്യപാദത്തിൽ 65,000 വും.അക്കാലത്ത് ഏഷ്യയിലെ ഏറ്റവും കൂടുതൽ അംഗസംഖ്യയുള്ള ട്രേഡ് യൂണിയനായിരുന്നു അത്.

ആറുമാസം നീണ്ടുനിന്ന ഐതിഹാസികമായപണിമുടക്കിനു ശേഷം കൈയിൽ ചെങ്കൊടിയുമായി ടെക്സ്റ്റൈൽ തൊഴിലാളികൾ ജോലിക്കു തിരിച്ചുപോയി. ഈ പണിമുടക്ക് ഇന്ത്യയിലാകമാനമുള്ള തൊഴിലാളികളെ, പ്രത്യേകിച്ച് ബോംബെയിലെ തൊഴിലാളികളെ ഉത്തേ ജിപ്പിച്ചു. കമ്യൂണിസ്റ്റ്നേതൃത്വത്തിൽ ശക്തമായയൂണിയനുകൾ ഉയർന്നു വന്നു. എസ് എസ് മിറാജ്കർ തുറമുഖത്തൊഴിലാളിയൂണിയന്റെ സെക്ര ട്ടറിയായി തിരഞ്ഞെടുക്കപ്പെട്ടു. ജി ഐ പി റെയിൽവെയിലും കമ്യൂണിസ്റ്റ് നേതൃത്വത്തിൽ യൂണിയൻ ശക്തിപ്പെട്ടു. ആ യൂണിയൻ ടെക്സ്റ്റൈൽ തൊഴിലാളിസമരത്തോട് അനുഭാവം രേഖപ്പെടുത്തി. ദക്ഷിണേന്ത്യയിൽ പരിഷ്കരണവാദികളായ നേതാക്കൾ നയിച്ച യൂണിയനുകൾപോലും പണിമുടക്കി. 1928 ൽ ഷോലാപുരിലും കോൺപുരിലും ജാംഷെഡ്പു രിലും പണിമുടക്കുകളുടെ വേലിയേറ്റമുണ്ടായി. പണിമുടക്കിന്റെ പേരിൽ ഗവൺമെന്റ് കമ്യൂണിസ്റ്റുകാരെ കുറ്റപ്പെടുത്തി. ഈ പണിമുടക്കുകളുടെ വ്യാപ്തിയും ആഴവും മനസ്സിലാക്കണമെങ്കിൽ ഇതുസംബന്ധിച്ച് ഔദ്യോ ഗികമായി പ്രഖ്യാപിക്കപ്പെട്ട കണക്കുകൾ നോക്കിയാൽ മതി. 1928 ൽ പണിമുടക്കുകളിലേർപ്പെട്ട തൊഴിലാളികളുടെ എണ്ണം അഞ്ചുലക്ഷം കവിഞ്ഞു. അടുത്തവർഷം 5,32,000 ആയി. ഇപ്രകാരം രാജ്യത്തിന്റെ വിവിധ ഭാഗങ്ങളിൽ നടന്ന പണിമുടക്കുകളോട് ഔദ്യോഗിക കോൺഗ്രസ് നേതൃത്വം എന്തുനിലപാടാണ് സ്വീകരിച്ചത്.? ബി ടി രണദിവെ പറയു ന്നത് നോക്കുക:

ഔദ്യോഗിക കോൺഗ്രസ്നേതൃത്വം തൊഴിലാളിവർഗ ത്തിന്റെ ഈ സമരങ്ങളോട് ഒന്നുകിൽ പരസ്യമായ എതിർപ്പ് പ്രക ടിപ്പിച്ചു. അല്ലെങ്കിൽ ഗവൺമെന്റ് അതിനെ അടിച്ചമർത്തുമ്പോൾ നിസംഗതയോടെ അത് നോക്കി നിന്നു. ഇന്ത്യയിൽ ഉയർന്നുവ രുന്ന മുതലാളിവർഗത്തിന്റെ താൽപ്പര്യങ്ങളെ പ്രതിനിധീകരിച്ച ആ പാർട്ടി, തൊഴിലാളികളുടെ വർഗസമരത്തോട് അനുകൂല മായനിലപാട് കൈക്കൊണ്ടില്ല. ബോംബെയിലെടെക്സ്റ്റൈൽ

തൊഴിലാളി സമരത്തോട് പരസ്യമായ എതിർപ്പ് പ്രകടിപ്പിക്കുക പോലും ചെയ്തു. കാരണം, അത് ടെക്സ്റ്റൈൽ മില്ലുടമകളുടെ താൽപ്പര്യങ്ങളെ നേരിട്ട് ബാധിക്കുന്നതായിരുന്നു. അവരിൽ ചില രാകട്ടെ, കോൺഗ്രസിന് ധനസഹായം നൽകിക്കൊണ്ടിരുന്നവരാ ണെന്നുകൂടി ഓർക്കുക. *(ഇന്ത്യൻ സ്വാതന്ത്ര്യസമരവും കമ്യൂണി സ്റ്റുകാരും)*

തൊഴിലാളിവർഗസമരങ്ങൾക്കുകാരണം സാമ്രാജ്യത്വചുഷണമാ ണെന്നും തൊഴിലാളികൾ സമരംചെയ്യുന്നത് ഗവൺമെന്റിന്റെനയങ്ങൾ ക്കെതിരായിട്ടാണെന്നും അറിയാമായിരുന്ന കമ്യൂണിസ്റ്റ്പാർട്ടി, സമരങ്ങൾ സംഘടിപ്പിക്കുന്നതിലും നയിക്കുന്നതിലും മുഴുകി. അങ്ങനെ അവർ തൊഴിലാളികളെ സാമ്രാജ്യത്വവിരുദ്ധസമരത്തിന്റെ ശക്തമായഉപകരണ മാക്കി മാറ്റി. ഇതിനിടയിൽ ഒരു ബഹുജനമുന്നേറ്റം രാജ്യത്തെ പിടിച്ചു കുലുക്കുകയായിരുന്നു. 1928 ൽ സൈമൺ കമീഷൻ ബോംബെയിലെ ത്തിയപ്പോൾ കമീഷനെതിരെ ദേശീയവാദികളുടെയും കമ്യൂണിസ്റ്റുകാ രുടെയും നേതൃത്വത്തിൽ 30,000 തൊഴിലാളികൾ പ്രകടനംനടത്തി. ഇതു പോലെ കമീഷനെതിരെ രാജ്യത്തിന്റെപലഭാഗങ്ങളിലുംനടന്ന പ്രകടന ത്തിൽ തൊഴിലാളികൾ പ്രധാനപങ്കവഹിച്ചു.

എങ്കിലും 1928 ലെ ഏറ്റവും പ്രധാനപ്പെട്ട സംഭവം കൽക്കത്തയിൽ കോൺഗ്രസ് സമ്മേളനം നടന്നപന്തലിലേക്ക് കമ്യൂണിസ്റ്റുകാർ തൊഴി ലാളി പ്രകടനംനയിച്ചതാണ്. ബങ്കിം മുഖർജി, രാധാരമൺ മിത്ര, ഗോ പേൻ ചക്രവർത്തി തുടങ്ങിയവർ പ്രകടനം നയിച്ചു. കോൺഗ്രസ് സമ്മേ ളനപന്തലിന് തൊട്ട് അവർ ഒരുയോഗം ചേർന്നു. കുറെപേർ അകത്ത് കടന്നിരുന്നു.പൂർണസ്വാതന്ത്ര്യത്തിനു പിന്തുണ പ്രഖ്യാപിച്ചുകൊണ്ട് ഒരു പ്രമേയം അവരുടെപ്രതിനിധികൾ സമ്മേളനഹാളിൽ കടന്ന് കോൺഗ്രസ് നേതാക്കൾക്ക് നൽകി. വലതുപക്ഷ യാഥാസ്ഥിതിക കോൺഗ്രസ്ചരി ത്രകാരനായ പട്ടാഭി സീതാരാമയ്യ ആ പ്രകടനത്തെക്കുറിച്ചെഴുതി:

അമ്പതിനായിരത്തിൽപരം തൊഴിലാളികൾ പങ്കെടുത്ത ഒരു പ്രകടനത്തിന്റെപേരിൽ കൽക്കത്തസമ്മേളനം ഓർമിക്കപ്പെടും. സമീപപ്രദേശത്തെ മില്ലുകളിൽനിന്നുവന്ന തൊഴിലാളികൾ ചിട്ട യായി മാർച്ച് ചെയ്തു.ദേശീയപതാകയെ വന്ദിച്ചുരണ്ട് മണിക്കു റോളം പന്തലിൽത്തന്നെ ഇരുന്നു. ഇന്ത്യക്ക് പൂർണസ്വാതന്ത്ര്യ മെന്നപ്രമേയം പാസാക്കിപിരിഞ്ഞുപോയി.*(പട്ടാഭി സീതാരാമയ്യ : ഇന്ത്യൻ നാഷണൽ കോൺഗ്രസിന്റെ ചരിത്രം സഞ്ചിക 1 പേജ് 332)*

ഈ പ്രകടനവും തൊഴിലാളിസമരപരമ്പരകളും തൊഴിലാളി - കർഷക പാർട്ടി അഖിലേന്ത്യാ തലത്തിൽ ഏകീകരിക്കപ്പെട്ടതും ബ്രിട്ടീഷ് ഗവൺമെന്റിനെ പരിഭ്രാന്തമാക്കി. 1929 ന്റെ തുടക്കത്തിൽ ഇർവിൻ കേന്ദ്ര നിയമനിർമാണസഭയിൽ പ്രഖ്യാപിച്ചു. 'കമ്യൂണിസത്തിന്റെ പ്രചാരണം

കുറച്ചുനാളായി എന്റെ ഗവൺമെന്റിനെ ഉൽക്കണ്ഠപ്പെടുത്തിക്കൊണ്ടി
രിക്കുകയാണ്.' ഈ ഘട്ടത്തിൽ ബ്രിട്ടീഷ്കുത്തകമൂലധനത്തിന്റെ സമർഥ
നായ ഒരുപ്രതിനിധി, അസോസിയേറ്റഡ് ചേമ്പേഴ്സ് ഓഫ് കൊമേഴ്സ്
(ബിട്ടീഷ്) പ്രസിഡണ്ട്, ജയിംസ് ഈ സംഭവങ്ങളുടെ പ്രാധാന്യംമന
സ്സിലാക്കി. 1928 ഡിസംബറിൽ കൽക്കത്തയിൽചേർന്ന ചേമ്പറിന്റെ
വാർഷികസമ്മേളനത്തിൽ പ്രസംഗിക്കവേ അയാൾ 'ബോൾഷെവിക് വിപ
ത്ത്' ചൂണ്ടിക്കാട്ടുകയും ആ സമ്മേളനം ഉദ്ഘാടനം ചെയ്ത വൈസ്രോ
യിയോട് ഇതടിച്ചമർത്താൻ വേണ്ട നടപടികൾ കൈക്കൊള്ളണമെന്ന്
ആവശ്യപ്പെടുകയുംചെയ്തു. അതോടെ കമ്മ്യൂണിസ്റ്റ് പാർട്ടിക്കെതിരെ
ആഞ്ഞടിക്കുന്നതിന് ഗവൺമെന്റ് തയ്യാറെടുപ്പ് തുടങ്ങി.

5

മീറത് ഗൂഢാലോചനക്കേസ്

കമ്യൂണിസ്റ്റ് പ്രസ്ഥാനത്തിനെതിരെ ആഞ്ഞടിവരാൻ പോവുകയാ ണെന്ന് വ്യക്തമായി. അതിന്റെ മുന്നോടിയായിരുന്നു ഇന്ത്യൻ നിയമ നിർമാണ സഭക്കകത്ത് 1928 ൽ ഗവൺമെന്റ് അവതരിപ്പിച്ച 'പൊതു സുര ക്ഷിതത്വബിൽ'. നിയമനിർമാണസഭയ്ക്കകത്തെ കോൺഗ്രസ്അംഗങ്ങൾ മോട്ടിലാൽ നെഹ്റുവിന്റെ നേതൃത്വത്തിൽ അതിനെ ശക്തിയുക്തം എതിർത്തു. അവസാനം ബിൽ വോട്ടിനിട്ടപ്പോൾ ഒരൊറ്റ വോട്ടിന് അത് പരാജയപ്പെട്ടു.എങ്കിലുംഅതിലെ വ്യവസ്ഥകളുൾക്കൊള്ളിച്ച് ഗവൺമെന്റ് ഒരു ഓർഡിനൻസിറക്കി. 1929 മാർച്ചിൽ നിയമനിർമാണസഭയുടെ അടുത്തസമ്മേളനം ചേരുന്നതിനുമുമ്പ് ആ ഓർഡിനൻസുപ്രകാരം 31 കമ്യൂണിസ്റ്റ് – ട്രേഡ് യൂണിയൻ നേതാക്കളെ അറസ്റ്റുചെയ്തു.

യു പി മുതൽ മദിരാശിവരെയും പഞ്ചാബ് മുതൽ ബംഗാൾ വരെ യുമുള്ള ഈ കമ്യൂണിസ്റ്റ് – തൊഴിലാളി നേതാക്കളെ മീറത് ജയിലിലേ ക്കാണ് കൊണ്ടുപോയത്. അവരെ ഇങ്ങനെയൊരു ചെറുപട്ടണത്തിൽ കൊണ്ടുപോയതിന് ഒരുദ്ദേശ്യമുണ്ട്. ഈ പട്ടണത്തിലെ കോടതിയിൽ കേസിന്റെ വിചാരണനടത്തിയാൽ അതിന് അധികംപ്രസിദ്ധീകരണം കിട്ടില്ല. മാത്രമല്ല, വൻ നഗരങ്ങളിലെന്നപോലെ പ്രതികൾക്ക് വേണ്ടത്ര സഹായവും കിട്ടില്ല.ഇവർക്കെതിരെ ഒരു ഗൂഢാലോചനക്കേസ് ചാർജ്ചെയ്തു. മീറത് കോടതിയിൽ കേസിന്റെ വിചാരണ നടന്നതിനാൽ അതിന് *മീറത് ഗൂഢാലോചനക്കേസ്* എന്ന് പേർ വീണു.

ആരൊക്കെയായിരുന്നു കേസിലെ പ്രതികൾ എന്നു നോക്കാം. മിക്ക വരും വിവിധ പ്രവിശ്യകളിലെ തൊഴിലാളി– കർഷക പാർട്ടികൾക്ക് അഖി ലേന്ത്യാ രൂപംനൽകുന്നതിന്ചേർന്ന യോഗത്തിൽ പങ്കെടുത്തവർ. നോക്കുക:

1. **മുസഫർ അഹമ്മദ്,** എ ഐ ടി യു സി വൈസ് പ്രസിഡന്റ്,

ബംഗാൾ തൊഴിലാളി– കർഷക പാർട്ടി സെക്രട്ടറി, കോൺപൂർ ഗൂഡ്ഢാ ലോചനനക്കേസിലെ പ്രതി.

2. എസ് **വി ഘാട്ടെ,** എ ഐ ടി യു സി ജോയിന്റ് സെക്രട്ടറി, ബോംബെ മുനിസിപ്പൽ വർക്കേഴ്സ് യൂണിയൻ വൈസ് പ്രസിഡന്റ്.

3. **കെ എൻ ജോഗ്ലേക്കർ,** ഗിർണികാംഗാർ യൂണിയൻ ജനറൽ സെക്രട്ടറി, എ ഐ ടി യു സി ജോയിന്റ് സെക്രട്ടറി, കോൺപൂർ ഗൂഡ്ഢാ ലോചനക്കേസിലെ പ്രതി.

4. **ഡി ആർ തെങ്ഡി,** എ ഐ ടി യു സിയുടെ മുൻപ്രസിഡന്റ്, എ ഐ സി സി മെമ്പർ.

5. **എസ് എ ഡാങ്കെ,** ഗിർണി കാംഗാർ യൂണിയൻ ജനറൽ സെക്ര ട്ടറി, എ ഐ ടി യു സി ജോയിന്റ് സെക്രട്ടറി, കോൺപൂർ ഗൂഡ്ഢാലോച നക്കേസിലെ പ്രതി.

6. **കിശോരിലാൽ ഘോഷ്,** ബാംഗാൾ ട്രേഡ്യൂണിയൻ ഫെഡ റേഷൻ സെക്രട്ടറി, *അമൃതബസാർ പത്രികയുടെ സഹപത്രാധിപർ.*

7. **എസ് എച്ച് ജബ്വാല,** ഓൾ ഇന്ത്യാ റെയിൽവെ മെൻസ് ഫെഡ റേഷന്റെ സംഘടനാസെക്രട്ടറിയും ഗിർണി കാംഗാർ യൂണിയന്റെ നേതാ വും.

8. **ഷൗക്കത്ത് ഉസ്മാനി,** 1920ൽ സോവിയറ്റ്യൂണിയനിലെത്തി *പെഷവാർ മുതൽ മോസ്കോ വരെ* എന്ന പുസ്തകമെഴുതി. ബോംബെ യിലെ ഒരു ഉറുദു തൊഴിലാളി പത്രത്തിന്റെ പത്രാധിപർ. കോൺപൂർ ഗൂഡ്ഢാലോചനക്കേസിലെ പ്രതി.

9. **എസ് എസ് മിറാജ്കർ,** ബോംബെയിലെ തൊഴിലാളി– കർ ഷക പാർട്ടി സെക്രട്ടറി, ബ്രിട്ടീഷ് ഇന്ത്യാ സ്റ്റീം നാവിഗേഷൻ സ്റ്റാഫ് സെക്രട്ടറി, ഗിർണി കാംഗാർ യൂണിയൻ അസിസ്റ്റന്റ് സെക്രട്ടറി.

10. **പി സി ജോഷി,** അലാഹാബാദ് സർവകലാശാലയിലെ നിയമ വിദ്യാർഥി. *ക്രാന്തികാരി* പത്രത്തിന്റെ പത്രാധിപർ, യു പിയിലെ തൊഴി ലാളി– കർഷകപാർട്ടി സെക്രട്ടറി.

11. **ഗോപാൽ ബസക്,** സോഷ്യലിസ്റ്റ് യൂത്ഫ്രെണ്ട് പ്രസിഡന്റ്.

12. **എം എ മജീദ്,** പഞ്ചാബ് കീർത്തി കിസാൻപാർട്ടി സെക്രട്ടറി.

13. **ആർ എസ് നിംബ്കാർ,** ബോംബെ പ്രദേശ് കോൺഗ്രസ് കമ്മിറ്റി സെക്രട്ടറി, എ ഐ സി സി അംഗം. അഖിലേന്ത്യാ തൊഴിലാളി– കർഷകപാർട്ടി ജനറൽ സെക്രട്ടറി.

14. *ഡോ. വിശ്വനാഥ് മുഖർജി,* യു പി– ഡെൽഹി തൊഴിലാളി– കർഷക പാർട്ടി പ്രസിഡന്റ്.

15. **രാധാരമൺ മിത്ര,** ബംഗാൾ ചണമിൽ തൊഴിലാളി യൂണി യൻ സെക്രട്ടറി.

16. **ധരണീഗോസ്വാമി,** ബംഗാൾ തൊഴിലാളി– കർഷക പാർട്ടി ജോയിന്റ് സെക്രട്ടറി.

17. **ഗോപേൻ ചക്രവർത്തി.** ഈസ്റ്റ് ഇന്ത്യാ റെയിൽവെ വർക്കേഴ്സ്

യൂണിയൻ നേതാവ്.

18. ഷംസുൽഹുദ, ബംഗാൾ ട്രാൻസ്പോർട്ട് വർക്കേഴ്സ് യൂണി യൻ സെക്രട്ടറി.

19. **സോഹൻസിങ്ങ് ജോഷ്**, പഞ്ചാബിലെ തൊഴിലാളി- കർഷക പാർട്ടി നേതാവ്.

20. *ഗൗരിശങ്കർ,* യു പിയിലെ തൊഴിലാളി-കർഷക പാർട്ടിനേതാവ്

21. **ഡോ. ജി അധികാരി**, ജർമനിയിൽ നിന്ന് ആയിടെ ഡോക്ട റേറ്റ് നേടി ഇന്ത്യയിൽ മടങ്ങിയെത്തിയ യുവാവ്. ജർമൻ കമ്യൂണിസ്റ്റ് പാർട്ടി അംഗം. സോഷ്യലിസ്റ്റാശയം പ്രചരിപ്പിച്ച ബോംബെയിലെ *സ്പാർക്കിലെ* സ്ഥിരം എഴുത്തുകാരൻ.

22. **ശിവനാഥ് ബാനർജി**, ബംഗാൾ ചണമിൽ തൊഴിലാളി യൂണി യൻ പ്രസിഡന്റ്.

23. **അയോധ്യ പ്രസാദ്**, ബംഗാളിലെ തൊഴിലാളി- കർഷക പാർട്ടി നേതാവ്.

24. **കേദാർനാഥ് സെഗാൾ**, പഞ്ചാബ് കോൺഗ്രസ് കമ്മിറ്റി പ്രസി ഡന്റ്, അഖിലേന്ത്യാ യൂത്ത് ലീഗ് അംഗം.

25. **അർജുൻ ആത്മാറാം ആൽവ**, ഗിർണി കാംഗാർ യൂണിയൻ നേതാവ്.

26. **ഗോവിന്ദ രാമചന്ദ്ര കാംബ്ളെ**, ഗിർണി കാംഗാർ യൂണിൻ നേതാവ്.

27. **എം ജി ദേസായി**, *സ്പാർക്ക്* പത്രാധിപർ.

28. **ലക്ഷ്മൺ റാവു കദം**, മുനിസിപ്പൽ വർക്കേഴ്സ് യൂണിയൻ സംഘാടകൻ.

29. **ബഞ്ചമിൻ ബ്രാഡ്ലി**, ബ്രിട്ടീഷ് കമ്യൂണിസ്റ്റ്പാർട്ടി അംഗം. ബ്രിട്ടീഷ് തൊഴിലാളി നേതാവ്. ജി ഐ പി റെയിൽവെ മെൻസ് യൂണി യൻ, ഗിർണികാംഗാർയൂണിയൻ എന്നിവയുടെ എക്സിക്യൂട്ടീവ് കമ്മിറ്റിയംഗം. അഖിലേന്ത്യാ റെയിൽവെ തൊഴിലാളി ഫെഡറേഷൻ വൈസ് പ്രസിഡന്റ്. ബോംബെ ടെക്സ്റ്റൈൽ തൊഴിലാളികളുടെ സംയുക്ത പണിമുടക്ക് കമ്മിറ്റി ഖജാൻജി.

30. **ഫിലിപ്പ് സ്പ്രാറ്റ്**, ബ്രിട്ടീഷ് കമ്യൂണിസ്റ്റ് പാർട്ടി അംഗം, എ ഐ ടി യു സി എക്സിക്യൂട്ടീവ് കമ്മിറ്റിയംഗം.

31. **എച്ച് ഹച്ചിൻസൺ**, ബ്രിട്ടീഷ് പത്രപ്രവർത്തകൻ, ന്യൂസ്പാർക്ക് പത്രാധിപർ.

ആദ്യലിസ്റ്റിൽ ഒരാളെക്കൂടി അറസ്റ്റുചെയ്തു. മീററ്റിലെ ധർമ വീർസിങ്. എന്നാൽ, കേസ് സെഷൻസ്കോടതിയിലേക്ക് കമ്മിറ്റ് ചെയ്ത പ്പോൾ അദ്ദേഹത്തെ മോചിപ്പിച്ചു. ഹച്ചിൻസണെ അറസ്റ്റുചെയ്തത് പിന്നീടാണ്. അറസ്റ്റ് ചെയ്യപ്പെടേണ്ടവരുടെ ലിസ്റ്റിൽ മറ്റൊരുപേർ കൂടി ഉണ്ടായിരുന്നു- അമീർ ഹൈദർഖാൻ. അറസ്റ്റ് ചെയ്യപ്പെടാനിടയു ണ്ടെന്നവിവരം അറിഞ്ഞയുടെനെ അദ്ദേഹം ഒളിവിൽപോകുകയും യൂറോ പ്പിലേക്ക് രക്ഷപ്പെടുകയും ചെയ്തു. അവിടെനിന്ന് അദ്ദേഹം മടങ്ങി

വന്ന് മദിരാശിയിൽ കമ്മ്യൂണിസ്റ്റ് പ്രവർത്തനത്തിലേർപ്പെട്ടു. മീററ്റ് കേസ്
വിചാരണയുടെ അവസാനഘട്ടത്തിൽ പൊലീസ് അദ്ദേഹത്തെ പിടികൂ
ടി. മദിരാശിയിൽ വിചാരണചെയ്ത് രണ്ടുവർഷത്തെ കഠിനതടവിന്
ശിക്ഷിച്ചു.

ഗൂഢാലോചനക്കേസിലെ പ്രതികൾക്ക് നൽകിയ കുറ്റപത്രത്തിന്റെ
തുടക്കത്തിൽ ഇപ്രകാരം പറഞ്ഞു:

കമ്യൂണിസ്റ്റ് ഇന്റർനാഷണൽ എന്ന പേരിലൊരു സംഘടന
റഷ്യയിൽ നിലനിൽക്കുന്നുണ്ട്. ലോകമെങ്ങും ഇപ്പോൾ നില
നിൽക്കുന്ന രൂപത്തിലുള്ള ഗവൺമെന്റുകളെ അട്ടിമറിച്ച് പകരം
സോവിയറ്റ് റിപ്പബ്ലിക്കുകളെ പ്രതിഷ്ഠിക്കുകയും മോസ്കോവിലെ
കേന്ദ്രസോവിയറ്റ് ഭരണകൂടത്തിന് അവയെ കീഴ്പ്പെടുത്തുകയും
ചെയ്യുകയെന്നതാണ് ഈ സംഘടനയുടെ ലക്ഷ്യം. പ്രസ്തുത
സംഘടന അതിന്റെ ഒരു ഘടകം ബ്രിട്ടീഷിന്ത്യയിൽ സ്ഥാപിക്കു
ന്നതിന് 1921 മാണ്ടിൽ ദൃഢനിശ്ചയം ചെയ്യുകയും ഈ
കേസിലെപ്രതികളായ ശ്രീപദ് അമൃത്ഡാങ്കെ, ഷൗക്കത്ത് ഉസ്മാ
നി, മുസഫർ അഹമ്മദ് എന്നിവർ ബ്രിട്ടീഷിന്ത്യയിലെ ചക്ര
വർത്തിത്തിരുമനസ്സിന്റെ അധികാരം അട്ടിമറിക്കുകയെന്ന ലക്ഷ്യ
ത്തോടെ അത്തരമൊരുസംഘടന രൂപീകരിക്കുന്നതിന് മറ്റു ചില
രുമായി ചേർന്ന് ഒരു ഗൂഢാലോചനയിലേർപ്പെടുകയും ചെയ്തു.

ദീർഘകാലം നടന്നു ഈ കേസിന്റെ വിചാരണ. ഇന്ത്യൻ ദേശീയ
പ്രസ്ഥാനത്തിന്റെ ചരിത്രത്തിൽ ഇതിനുമുമ്പ് ഇത്രയും പ്രസിദ്ധമായ,
ഇത്രയുംകാലം നീണ്ടുനിന്ന ഒരു വിചാരണ നടന്നിട്ടില്ല. 1929 ജൂണിൽ
ആരംഭിച്ച കേസ്‌വിചാരണ 1933 ജനുവരിവരെ നീണ്ടുനിന്നു. ആയിരക്ക
ണക്കിന് പേജുകളിലായി പ്രതിഭാഗത്തുനിന്ന് 1500 തെളിവുരേഖകളും
പ്രോസിക്യൂഷൻ ഭാഗത്തുനിന്ന് 3500 തെളിവുരേഖകളും ഹാജരാക്കപ്പെ
ട്ടു. 320 ൽ കുറയാത്തസാക്ഷികൾ വിസ്തരിക്കപ്പെട്ടു. ഈ കേസിനു
വേണ്ടി ബ്രിട്ടീഷ്ഗവൺമെന്റ് 1,60,000 പവനാണത്രെ ചെലവാക്കിയത്.

പ്രധാനപ്പെട്ട ഗവൺമെന്റ് ഭാഗം വക്കീൽ ഒരു ഇംഗ്ലീഷ്ബാരിസ്റ്ററായ
ലാംഗ്ഫോർഡ് ജയിംസ് ആയിരുന്നു. അദ്ദേഷം കൽക്കത്തയിലെ യൂറോ
പ്യൻ അസോസിയേഷന്റെ പ്രസിഡന്റ് കൂടിയായിരുന്നു. കമ്മ്യൂണിസ്റ്റു
കാർ കമ്യൂണിസ്റ്റ് ഇന്റർനാഷണലിന്റെ 'ഏജന്റുമാരാ' ണെന്നും സാമ്രാ
ജ്യത്വത്തോട് മാത്രമല്ല, ദേശീയപ്രസ്ഥാനത്തോടും ഇന്ത‌ൻ പാരമ്പര്യ
ത്തോടും പരിഷ്കൃത സമൂഹത്തിന്റെ മൗലികതത്ത്വങ്ങളോടും അവർക്ക്
എതിർപ്പുണ്ടെന്നും തെളിയിക്കുക എന്നതായിരുന്നു അദ്ദേഹത്തിന്റെ
മുഖ്യലക്ഷ്യം. അതേസമയം അദ്ദേഹത്തിന്റെ വാദഗതികൾ തുറന്നുകാ
ട്ടാനും കോടതിയെ രാഷ്ട്രീയപ്രചരണവേദിയാക്കി മാറ്റാനും കമ്മ്യൂണിസ്റ്റ്
പ്രതികൾ തീരുമാനിച്ചു. മീററ്റടവുകാരിൽ കമ്മ്യൂണിസ്റ്റുകാരായ 18 പേർ
സംയുക്തമായി തയ്യാറാക്കിയ പ്രസ്താവന, വാസ്തവത്തിൽ, സാമ്രാജ
ത്വത്തെത്തന്നെ പ്രതിക്കൂട്ടിൽകയറ്റിനിർത്തുന്നതായിരുന്നു. ആ പ്രസ്താ

വനയുടെ പീഠികയിൽ അവർ പ്രഖ്യാപിച്ചു:

ഈ കോടതിയുടെ മുമ്പാകെ ദയക്കുവേണ്ടിയോ നീതിക്കു വേണ്ടിത്തന്നെയോ ഞങ്ങൾ വാദിക്കുന്നില്ല. ഇതൊരു വർഗകോട തിയാണ്. ഭരണവർഗത്തിനുതന്നെ എതിരായ ഒരു കുറ്റത്തെസംബ ന്ധിച്ചിടത്തോളം നീതി എന്നപദത്തിന് യാതൊരു അർഥവുമില്ല. ഈകോടതി ഞങ്ങളോട് നീതികാട്ടുകയില്ലെന്ന് ഞങ്ങൾക്ക് അറി യാം. എന്നിരുന്നാലും സാമ്രാജ്യത്വത്തിന്റെ ക്രൂരതയ്ക്കുമുമ്പിൽ ആത്മത്യാഗം ചെയ്യുന്നതിന് ഞങ്ങൾ തയ്യാറല്ല. ബ്രിട്ടീഷ് സാമ്രാ ജ്യത്വത്തിന്റെ നിയന്ത്രണത്തിൽ നിന്ന് ജനാധിപത്യ വിപ്ലവത്തി ലൂടെ ഇന്ത്യ പരിപൂർണ സ്വാതന്ത്ര്യം നേടുമെന്നും ഫ്യൂഡൽ രീതി യിലുള്ള എല്ലാസാമൂഹ്യഘടനകളും ഇല്ലാതാക്കപ്പെടുമെന്നും ഞങ്ങൾക്ക് ഉത്തമബോധ്യമുണ്ട്. ഇത്തരമൊരു വിപ്ലവത്തിനുവേ ണ്ടിയാണ് ഞങ്ങൾപ്രവർത്തിക്കുന്നത്. ഞങ്ങൾ രാജ്യത്തിനു മുമ്പാകെ അവതരിപ്പിച്ച പരിപാടി, വിപ്ലവത്തെ മുമ്പോട്ടുകൊണ്ടു പോകാൻ കഴിവുള്ള വർഗങ്ങളെയെല്ലാം അണിനിരത്തിക്കൊ ണ്ടുള്ള സാമ്രാജ്യത്വവിരുദ്ധമുന്നണിയുടേതായ പരിപാടിമാത്രമാ ണ്. വിപ്ലവം വിജയത്തിലെത്താൻ സഹായിക്കുന്ന പരിപാടിയെന്ന് ഞങ്ങൾ ദൃഢമായി വിശ്വസിക്കുന്നു.

പ്രസ്താവനയിൽ കമ്യൂണിസ്റ്റ് പ്രതികൾ ആത്മവിശ്വാസത്തോടെ പ്രഖ്യാപിച്ചു:

അന്തിമമായി ഇന്ത്യയിൽ തൊഴിലാളിവർഗവിപ്ലവം നടക്കു മെന്നും അത് തൊഴിലാളിവർഗ സർവാധിപത്യത്തിൽ ചെന്നു കലാശിക്കുമെന്നും ആ തൊഴിലാളിവർഗ സർവാധിപത്യം സോഷ്യ ലിസ്റ്റ്തത്വങ്ങളുടെ അടിസ്ഥാനത്തിൽ സമൂഹത്തെ പുനഃസംഘ ടിപ്പിക്കുമെന്നും തദ്വാരാ പടിപടിയായി വർഗങ്ങൾ ഇല്ലായ്മ ചെയ്ത കമൂണിസ്റ്റ് സമൂഹഘട്ടത്തിലേക്കുള്ള പരിണാമത്തിന്വഴിയൊരു ക്കുമെന്നുമുള്ള കാര്യത്തിൽ ഞങ്ങൾക്കു ലവലേശംസംശയമില്ല.

ഈ പ്രഖ്യാപനം ഇന്ത്യയ്ക്കകത്തും പുറത്തും കോളിളക്കം സൃഷ്ടിച്ചു. ഇതേഘട്ടത്തിൽത്തന്നെ രണ്ടാംലാഹോർഗൂഢാലോചനക്കേ സിന്റെ വിചാരണയും നടക്കുന്നുണ്ടായിരുന്നു. ആ വിചാരണ നടന്നു കൊണ്ടിരുന്ന കോടതിയിൽവച്ച് ഭഗത്സിങ്ങും അദ്ദേഹത്തിന്റെ സഖാ ക്കളും മീറത്പ്രതികളെ അഭിവാദ്യംചെയ്തുകൊണ്ട് സന്ദേശമയച്ചു. ചിറ്റ ഗോങ്ങ് ആയുധശാലാക്രമണം, ഷോലാപ്പൂരിലെ പൊതുപണിമുടക്ക്, പെഷവാർ സംഭവം– ഇതൊക്കെ അപ്പോൾ ഇന്ത്യയെ പിടിച്ചുകുലുക്കി ക്കൊണ്ടിരുന്നു.ദേശാഭിമാനികളെയും ഉശിരൻവിപ്ലവകാരികളെയും കൊണ്ട് ജയിലുകൾ നിറഞ്ഞുകവിഞ്ഞു. അവരൊക്കെ മീറത് പ്രസ്താ വന താൽപ്പര്യപൂർവം വായിച്ചു. ഇവിടെ ഒരുകാര്യം പ്രത്യേകംപറഞ്ഞു വെക്കേണ്ടതുണ്ട്. 1931 ൽ തിരുവനന്തപുരത്ത് രൂപംകൊണ്ട കമ്മ്യൂണിസ്റ്റ് ലീഗ് ഈ പ്രസ്താവനയുടെ ചിലഭാഗങ്ങൾ മലയാളത്തിലേക്ക്

വിവർത്തനം ചെയ്ത് പ്രചരിപ്പിക്കുകയുണ്ടായി.

മീറത്പ്രതികൾക്കുവേണ്ടി കേസ്നടത്താൻ മോത്തിലാൽ നെഹ്റു പ്രസിഡന്റും ജവാഹർലാൽ നെഹ്റു സെക്രട്ടറിയുമായി ഒരു ഡിഫൻസ് കമ്മിറ്റി നാഷണൽ കോൺഗ്രസ് രൂപീകരിച്ചിരുന്നു. പക്ഷേ കേസിനെ തങ്ങളുടെ ആശയ പ്രചാരത്തിനുള്ള ആയുധമായി കമ്മ്യൂണിസ്റ്റുകാർ ഉപയോഗിക്കാൻതുടങ്ങിയപ്പോൾ അവർക്ക് അതിന്റെ പ്രവർത്തനത്തിൽ താൽപ്പര്യമില്ലാതായി. അതിനാൽ വിചാരണ സമാപിക്കുന്നതിനുവളരെ മുമ്പുതന്നെ കമ്മിറ്റി പ്രവർത്തനരഹിതമായി.

എങ്കിലും മീറത്തടവുകാരെ മോചിപ്പിക്കണമെന്നാവശ്യപ്പെട്ട് രാജ്യ ത്തിനകത്തും പുറത്തും ശക്തിയായ ക്യാമ്പൈൻ നടന്നു. മീറത് തടവു കാരെ മോചിപ്പിക്കണമെന്നാവശ്യപ്പെട്ടുകൊണ്ടുള്ള പ്രസ്താവനയിൽ ഒപ്പു വെച്ചവരിൽ ലോകപ്രസിദ്ധശാസ്ത്രജ്ഞൻ ആൽബർട്ട് ഐൻസ്റ്റീൻ, റൊമെയിൻ റൊളാങ്, ജോർജ് ബെർണാഡ്ഷാ, എച്ച് ജി വെൽസ് തുട ങ്ങിയവരുൾപ്പെടുന്നു.

1930 ജനുവരി 14 ന് ഈ കേസ് മീറത് സെഷൻസ് കോടതിയിൽ വിചാരണയ്ക്കുവന്നു. ബ്രിട്ടീഷ് ഭരണഭാഗത്തിനുവേണ്ടി ഹാജരായത് ചീഫ് പ്രോസിക്യൂട്ടർ എം സി എം കെംബ്. ആർ എൽ യോർക്ക് എന്ന ജഡ്ജിയെ ഈ കേസ് പ്രത്യേകമായി വിചാരണചെയ്യാൻ മീറത്തിലേക്ക് കൊണ്ടുവരികയായിരുന്നു.

നാലുവർഷത്തെ വിചാരണയ്ക്കുശേഷം കോടതി വിധി പ്രഖ്യാ പിച്ചു. പ്രതികൾക്ക് കടുത്തശിക്ഷയാണ് നൽകിയത്. ഒന്നാം പ്രതി മുസ ഫർ അഹമ്മദിന് ജീവപര്യന്തം നാടുകടത്തൽ ശിക്ഷ നൽകി. രണ്ടു മുതൽ ആറുവരെ പ്രതികളായ എസ് എ ഡാങ്കെ, ഫിലിപ്പ് സ്പ്രാറ്റ്, എസ് വി ഘാട്ടെ, കെ ഇൻ ജോഗ്ലേക്കർ, ആർ എസ് നിംബ്കാർ എന്നി വരെ 12 വർഷംവീതം നാടുകടത്താനാണ് ശിക്ഷിച്ചത്. ഏഴും എട്ടും ഒമ്പതും പ്രതികളായ ബഞ്ചമിൻ ബ്രാഡ്ലി, എസ് എസ് മിറാജ്കർ, ഷൗക്കത്ത് ഉസ്മാനി എന്നിവരെ പത്തുവർഷം വീതം നാടുകടത്താൻ ശിക്ഷിച്ചു. ഇപ്രകാരം പ്രതികളിൽ മിക്കവരെയും വിവിധകാലയളവി ലേക്ക് ശിക്ഷിച്ചു. ഏതാനും പേരെ വിട്ടയച്ചു.

ശിക്ഷിക്കപ്പെട്ടവർ അലാഹാബാദ് ഹൈക്കോടതിയിൽ അപ്പീൽ കൊടുത്തു. 1933 മാർച്ച് 17 ന് ചീഫ് ജസ്റ്റീസ് ഡോ സുലൈമാനും ജസ്റ്റീസ് ഡോ ഡഗ്ലസ്യുങ്ങും അടങ്ങുന്നബഞ്ച് അപ്പീൽ ഫയലിൽ സ്വീകരിച്ചു. അദ്ഭുതകരമെന്നു പറയട്ടെ എട്ടുദിവസത്തെ വിചാരണകൊണ്ട് അവർ വിധി പറഞ്ഞു. യോർക്ക് നാലുവർഷം നീട്ടിക്കൊണ്ടുപോയ കേസിൻമേ ലാണ് അവർ എട്ടുദിവസംകൊണ്ട് വിധി പറഞ്ഞതെന്നോർക്കണം. ഹൈക്കോടതി ശിക്ഷ ഗണ്യമായിവെട്ടിക്കുറച്ചു. ഉദാഹരണത്തിന് പി സി ജോഷി , ജി അധികാരി തുടങ്ങിയവരെ ശിക്ഷ അനുഭവിച്ചുകഴിഞ്ഞ തായി കണക്കാക്കി മോചിപ്പിച്ചു. ഒമ്പതുപേരെ കുറ്റക്കാരല്ലെന്നുകണ്ടു വിട്ടയച്ചു. മുസഫർ അഹമ്മദ് , എസ് എ ഡാങ്കെ, ഷൗക്കത്ത് ഉസ്മാനി

തുടങ്ങിയവരുടെ നാടുകടത്തൽശിക്ഷ മൂന്നുവർഷം കഠിനതടവാക്കി ചുരു
ക്കി. വാസ്തവത്തിൽ ശിക്ഷ ഇപ്രകാരം വെട്ടിക്കുറക്കാൻ ഇടയാക്കിയത്
രാജ്യവ്യാപകമായി ഉയർന്നുവന്ന ശക്തമായ പ്രതിഷേധമാണ്. 1933
ആഗസ്ത് മൂന്നിന്റെ ഹൈക്കോടതിവിധി പ്രഖ്യാപനത്തോടെ മീറത്
ഗൂഢാലോചനക്കേസിന് തിരശീലവീണു. ഗൂഢാലോചനക്കേസിന്
ബ്രിട്ടീഷുകാർ പ്രതീക്ഷിച്ചതുപോലെ ഇന്ത്യയിലെ കമ്യൂണിസ്റ്റുവ്യാപ
നത്തെ തടയാൻ കഴിഞ്ഞില്ല. പകരം കമ്യൂണിസത്തിന്റെ വേര് ഇന്ത്യൻ
മനസ്സിൽ ആഴത്തിൽ ഓടുന്നതിന് സഹായിക്കുകയാണ് അത് ചെയ്ത
ത്. കേസിലെ ഒന്നാംപ്രതി മുസഫർ അഹമ്മദ് മൂന്നുപതിറ്റാണ്ടുകൾക്കു
ശേഷം എഴുതി:

ഇന്ത്യയിൽ ബ്രിട്ടീഷ്ഗവൺമെന്റിന്റെ രാഷ്ട്രീയപരാജയമാ
യിരുന്നു മീറത് ഗൂഢാലോചനക്കേസ്, ഇന്ത്യൻ കമ്യൂണിസ്റ്റുകാ
രുടെ വിജയവും. കോടതിമുറിയിൽനിന്നുകൊണ്ട് ഗവൺമെന്റ്
ചെലവിൽ കമ്യൂണിസ്റ്റുകാർ തങ്ങളുടെ പ്രത്യയശാസ്ത്രപ്രചാ
രണംനടത്തി. പ്രവർത്തനരംഗത്തു നിന്ന് കേസിലെ പ്രതികളെ
അകറ്റിനിർത്തിയത് ആ രംഗത്ത് ശൂന്യത സൃഷ്ടിക്കുന്നതിനു
സഹായമായിത്തീരുകയാണ് ചെയ്തത്. കോടതിമുറിയിൽ നിന്നു
കൊണ്ട് കമ്യൂണിസ്റ്റ്പ്രതികൾ നടത്തിയ പ്രചാരണം ഭീകര പ്ര
സ്ഥാനത്തിൽ (ദേശീയ വിപ്ലവപ്രസ്ഥാനത്തിൽ എന്നർഥം—
സി ബി) ഏർപ്പെട്ടവർക്കിടയിൽ ഒരു പുനർവിചിന്തനത്തിന് ഇട
യാക്കി. 1930 അവസാനിക്കുന്നതിനുമുമ്പുതന്നെ അവരിൽനിന്ന് വള
രെയധികം പേർ കമ്യൂണിസ്റ്റ് പാർട്ടിയിൽ ചേരാൻ അത് സഹായ
കമായി.

6

കർമപരിപാടിയും കരടുരാഷ്ട്രീയപ്രമാണവും

മീറത് അറസ്റ്റിന്റെസമയത്ത്, അതായത് 1929 ഫെബ്രുവരിയിൽ, തൊഴിലാളിവർപ്രസ്ഥാനത്തിന്റെ ഈറ്റില്ലമായ ബോംബെയിൽ അഭൂത പൂർവമായ ഒരു വർഗീയലഹള. നീണ്ടുനിന്നസമരങ്ങളിലൂടെ ഉരുത്തിരി ഞ്ഞുവന്ന ഹിന്ദു– മുസ്ലീം ഐക്യം തകർക്കുകയെന്ന ലക്ഷ്യത്തോടെ ഗവൺമെന്റ് തന്നെ കുത്തിയിളക്കിയതായിരുന്നു ലഹള. ഇക്കാര്യം മന സ്സിലാക്കിയ കമ്യൂണിസ്റ്റുകാർ അത് ജനങ്ങളുടെ മുമ്പിലവതരിപ്പിക്കു കയും അതിവേഗം അതിനെ നിയന്ത്രിക്കുകയും ചെയ്തു.

തൊഴിലാളിപ്രസ്ഥാനത്തെ എങ്ങനെയും ഭിന്നിപ്പിക്കണമെന്ന് ദൃഢ നിശ്ചയം ചെയ്ത ഗവൺമെന്റ് മീറത് ഗൂഢാലോചനക്കേസിൽ തൊഴി ലാളി നേതാക്കൾ അറസ്റ്റിലായതോടെ അതിനുള്ള മാർഗം കണ്ടെത്തി. 1929 ൽ നാഗ്പൂരിൽ നടന്ന എ ഐ ടി യു സി സമ്മേളനത്തിൽ സംഘ ടനയെ ഭിന്നിപ്പിക്കുന്നതിൽ അവർ വിജയിച്ചു. ഗവൺമെന്റ് നിയോഗിച്ച

മീറത് ഗൂഢാലോചനക്കേസിലെ പ്രതികൾ

42

റോയൽ കമീഷനോട് എന്തു നിലപാടു സ്വീകരിക്കണമെന്നതിനെച്ചൊ
ല്ലിയായിരുന്നു ഭിന്നിപ്പ്. സംഘടനയ്ക്കത്തെ 'മിതവാദികൾ' റോയൽ കമീ
ഷനോട് സഹകരിക്കണമെന്ന് വാദിച്ചപ്പോൾ 'തീവ്രവാദികൾ' അതിനെ
ബഹിഷ്കരിക്കണമെന്ന് വാദിച്ചു. പ്രശ്നം വോട്ടിനിട്ട് തീരുമാനിക്കേണ്ടി
വന്നാൽ തങ്ങൾക്ക് ഭൂരിപക്ഷംലഭിക്കുകയില്ലെന്ന് സഹകരണവാദി
കൾക്ക് ബോധ്യമായി. അതുകൊണ്ടവർ സമ്മേളനത്തിൽ നിന്ന് ഇറങ്ങി
പ്പോയി എ ഐ ടി യു സിക്ക് ബദലായി ഒരു കേന്ദ്ര ട്രേഡ് യൂണിയൻ
സംഘടന രൂപീകരിച്ചു.

ഈ ഘട്ടത്തിൽ, അതായത് 1930 ൽ, കമ്യൂണിസ്റ്റുപാർട്ടി ഒരു കർമ
പരിപാടി (Joint Platform of Action) അവതരിപ്പിച്ചു- ഇന്ത്യൻ കമ്യൂ
ണിസ്റ്റ് പാർട്ടിയുടെ പരിപാടി സംബന്ധിച്ച ആദ്യത്തെ രേഖ. കമ്യൂണിസ്റ്റ്
ഇന്റർനാഷണലിന്റെ മുഖപത്രമായ ഇംപ്രക്കോറിൽ അത് പ്രസിദ്ധപ്പെ
ടുത്തി. കമ്യൂണിസ്റ്റ് ഇന്റർനാഷണലിന്റെ കൊളോണിയൽ ബ്യൂറോയിൽ
കോളനികളിലെയും അർധകോളനികളിലെയും വിപ്ലവപ്രസ്ഥാനങ്ങ
ളെപ്പറ്റി പഠിക്കുന്ന വിദഗ്ധൻമാരാണ് ഇത് തയ്യാറാക്കിയത്. ഈ പരിപാ
ടിയുടെ പ്രാധാന്യത്തെപ്പെറ്റി ബി ടി രണ്ടദിവെ ഇപ്രകാരമെഴുതി:

മാർക്സിസം- ലെനിനിസത്തെ അടിസ്ഥാനപ്പെടുത്തിയുള്ള
സി പി ഐയുടെ കർമപരിപാടി ബൂർഷ്വാ- ഭൂപ്രഭുവീക്ഷണത്തിൽ
നിന്ന് തികച്ചും വ്യത്യസ്തമായിരുന്നു. അത് സാമ്രാജ്യത്വവിരുദ്ധ
ദേശീയ സമരത്തിന്റെ വിജയത്തെ കാർഷികവിപ്ലവവുമായും പഴയ
സാമൂഹ്യ- മതസമ്പ്രദായം അടിച്ചേൽപ്പിച്ച അസമത്വങ്ങൾ അവ
സാനിപ്പിക്കുന്നതുമായും ബന്ധപ്പെടുത്തി. പൈതൃകമായിലഭിച്ച
അസമത്വങ്ങൾക്കെതിരെ അത് തുറന്നടിച്ച് യുദ്ധം പ്രഖ്യാപിക്കു
കയും സാമ്രാജ്യത്വവിരുദ്ധസമരവുമായി അതിനെ വിളക്കിച്ചേർക്കു
കയും ചെയ്തു. സ്വാതന്ത്ര്യസമരത്തിൽ പങ്കെടുക്കാൻ എല്ലാവി
ഭാഗം ജനങ്ങളോടും പരിപാടി അഭ്യർഥിച്ചു.ഇന്ത്യൻ ജനതയുടെ
എല്ലാ വിഭാഗങ്ങളുടെയും പ്രശ്നങ്ങൾ ഉൾക്കൊള്ളുന്നതും
ബ്രിട്ടീഷ് ഭരണത്തെ കടപുഴക്കിയെറിയുന്നതിനുള്ള വിപ്ലവസമര
ത്തിന്റെ അടിയന്തരാവശ്യം അടങ്ങിയതുമായ വിപ്ലവകരമായ ഇത്ത
രമൊരു രേഖ ഇതിനുമുമ്പൊരിക്കലുംഇന്ത്യകാണുകയുണ്ടായില്ല.
(ഇന്ത്യൻ സ്വാതന്ത്ര്യസമരവും കമ്യൂണിസ്റ്റുകാരും)

പരിപാടി പ്രഖ്യാപിച്ചത് നോക്കുക:

ഇന്ത്യൻ ജനതയുടെ അടിമത്തം അവസാനിപ്പിക്കുകയും
തങ്ങളെ ഞെരിക്കുന്ന ദാരിദ്ര്യത്തിൽനിന്ന് തൊഴിലാളിവർഗ
ത്തെയും കൃഷിക്കാരെയും മോചിപ്പിക്കുകയും ചെയ്യണമെങ്കിൽ
രാജ്യത്തിന് സ്വാതന്ത്ര്യം കരഗതമാവുകയും കാർഷികവിപ്ലവ
ത്തിന്റെ കൊടിക്കൂറ ഉയർത്തിപ്പിടിക്കുകയും ചെയ്യണം. കാർഷി
കവിപ്ലവത്തിനുമാത്രമേ മധ്യകാലഘട്ടം മുതൽ നിലനിന്നുവരുന്ന
ഭൂപ്രഭുത്വത്തെതകർക്കാനും മധ്യകാലഘട്ടത്തിലെ ചപ്പുചവറുക

ലിൽ നിന്ന് ഭൂമിയെമുഴുവൻ വൃത്തിയാക്കാനും കഴിയൂ. ബ്രിട്ടീഷ്മുതലാളിത്തത്തിനും ഭൂപ്രഭുത്വത്തിനും എതിരായ കാർഷി കവിപ്ലവമായിരിക്കണം ഇന്ത്യയുടെ വിപ്ലവകരമായ വിമോചന ത്തിന്റെ അടിത്തറ.

ബ്രിട്ടീഷ് ഫാക്ടറികളും ബാങ്കുകളും റെയിൽവെകളും ജലഗതാ ഗതവും ഗവൺമെന്റ് ഏറ്റെടുക്കണമെന്ന് പരിപാടി ആവശ്യപ്പെട്ടു. നാട്ടു രാജ്യവ്യവസ്ഥ അവസാനിപ്പിക്കുക, നാട്ടുരാജാക്കന്മാരുടെയും ഭൂപ്രഭു ക്കളുടെയും ബ്രിട്ടീഷ് ഗവൺമെന്റുദ്യോഗസ്ഥരുടെയും മറ്റും ഭൂമി പ്രതി ഫലം കൂടാതെ കണ്ടുകെട്ടുക, അടിമക്കരാറുകളും ബാങ്കുകൾക്കും പണ മിടപാടുകാർക്കുമുള്ള എല്ലാ കടങ്ങളും റദ്ദാക്കുക തുടങ്ങിയ ആവശ്യ ങ്ങളും പരിപാടി ഉന്നയിച്ചു. പ്രവൃത്തി സമയം എട്ടുമണിക്കൂറായി ചുരു ക്കണമെന്നും തൊഴിൽ പരിതഃസ്ഥിതികൾ സമൂലം മെച്ചപ്പെടുത്തണ മെന്നും പരിപാടി ആവശ്യപ്പെട്ടു. ഇത്തരം പരിപാടികൾ കോൺഗ്രസോ മറ്റേതെങ്കിലും രാഷ്ട്രീയപാർട്ടിയോ ഉന്നയിക്കുകയുണ്ടായില്ല. 1930 ലെ സമരത്തിനാസ്പദമായി ഗാന്ധിജി മുമ്പോട്ടുവച്ച പതിനൊന്നിനപരിപാ ടിയിൽ സി പി ഐയുടെ കർമപരിപാടിയിലെ ഒരൊറ്റ ഇനംപോലും അട ങ്ങിയിരുന്നില്ല. രണ്ടും തമ്മിൽ താരതമ്യംചെയ്യുമ്പോൾ കർമപരിപാടി യുടെ വിപ്ലവസ്വഭാവം വ്യക്തമാകും.

ഈ പരിപാടിയിൽ ഇന്ത്യൻ ബുർഷ്വാസിയുടെ പങ്കിനെക്കുറിച്ചുള്ള വിലയിരുത്തലിൽ ഗുരുതരമായ ചിലപിശകുകൾ കടന്നുകൂടി.ഭൂപ്രഭുത്വ വുമായും ഹുണ്ടികക്കാരുമായും ബന്ധമുള്ളതുകൊണ്ടും അധ്വാനിക്കുന്ന ജനവിഭാഗങ്ങളുടെ വിപ്ലവകരമായ കലാപചിന്തയുടെ ഫലമായി ഭയച കിതരായിത്തീർന്നതിനാലും മുതലാളിവർഗം വളരെമുമ്പുതന്നെ രാജ്യ ത്തിന്റെ സ്വാതന്ത്ര്യത്തിനുവേണ്ടിയുള്ള സമരത്തെയും കാർഷികപ്രശ്ന ത്തിന് പരിഹാരം കാണുന്നതിനെയും വഞ്ചിച്ചിരിക്കുകയാണെന്ന് പരി പാടി പ്രഖ്യാപിച്ചു.നമ്മുടെ രാജ്യത്തെ അധ്വാനിക്കുന്ന ജനവിഭാഗങ്ങളുടെ മൗലിക താൽപര്യങ്ങൾക്കെതിര പ്രവർത്തിക്കുന്ന മുതലാളിമാരുടെ വർഗതാൽപര്യങ്ങളെയാണ് അത് പ്രതിനിധാനം ചെയ്യുന്നതെന്നും ഇന്ത്യൻവിപ്ലവത്തിന്റെ വിജയത്തിനുമുമ്പിലുള്ള ഏറ്റവും വലിയ ഭീഷണി അതാണെന്നും പരിപാടി പറഞ്ഞുകളഞ്ഞു. തീർന്നില്ല, പരിപാടി ഇത്രയും കൂടി പറഞ്ഞുവെച്ചു:

വിപ്ലവകരമായ വായാടിത്തത്തിന്റെമറവിൽ ജവാഹർലാൽ നെഹ്റു, ബോസ്, ഗിൻവാല, തുടങ്ങിയവരുടെ നേതൃത്വത്തിൽ നാഷണൽ കോൺഗ്രസിലെ 'ഇടതുപക്ഷക്കാർ' നടത്തുന്ന പ്രക്ഷോഭമാണ് ഇന്ത്യൻവിപ്ലവത്തിന്റെ വിജയത്തിനുമുമ്പിലുള്ള ഏറ്റവും ഉപദ്രവകാരിയും ആപൽക്കാരിയുമായതടസ്സം. ജന ങ്ങൾക്കിടയിൽ ആശയക്കുഴപ്പംസൃഷ്ടിക്കുകയും ജനങ്ങളുടെവിപ്ല വകരമായ സമരങ്ങളെ അസംഘടിതമാക്കുന്ന ബുർഷ്വാനയം പിന്തുടരുകയും ബ്രിട്ടീഷ്സാമ്രാജ്യത്വവുമായി ധാരണയുണ്ടാക്കാൻ

കോൺഗ്രസിനെ സഹായിക്കുകയും ചെയ്യുകയാണവർ.

ഇങ്ങനെയൊരു നിഗമനത്തിലെത്തിയ കർമപരിപാടി 'ഇടതുപക്ഷ' ദേശീയ പരിഷ്കരണവാദികളെ പാർട്ടിയിൽ നിന്നും ജനസാമാന്യത്തിൽ നിന്നും കൃഷിക്കാരിൽനിന്നും ഒറ്റപ്പെടുത്താൻ, അവർക്കെതിരെ നിർഭയം പോരാടാൻ ആഹ്വാനംനൽകി. സാമ്രാജ്യത്വത്തിനും ഭൂപ്രഭുക്കൾക്കും ഹുണ്ടികക്കാർക്കും മുതലാളിമാർക്കും എതിരെ ഐക്യമുന്നണി രൂപീ കരിക്കാൻ അധ്വാനിക്കുന്നവരെ അത് ഉദ്ബോധിപ്പിച്ചു. അതുകൊണ്ടു തന്നെ അതിന്റെലക്ഷ്യം സാമ്രാജ്യത്വത്തിനും നാടുവാഴിത്തത്തിനും മുത ലാളിത്തത്തിനും എതിരെ മുന്നണി രൂപീകരിക്കുകയെന്നതായി മാറി. അപ്പോൾ സോവിയറ്റധികാരം സ്ഥാപിക്കുകയാണ് തങ്ങളുടെ ലക്ഷ്യമെന്ന് കർമപരിപാടി പ്രഖ്യാപിച്ചത് ആകസ്മികമല്ല.

ഈയൊരു ധാരണ 1930– 32 കാലത്ത് സെക്ടേറിയൻ സമീപനം സ്വീകരിക്കുന്നതിന്ഇടയാക്കി.അതാവട്ടെ "ജനങ്ങൾക്കിടയിൽ പാർട്ടിയുടെ പ്രതിച്ഛായക്ക് മങ്ങലേൽപ്പിക്കുകയും അതിന്റെ വിപ്ലവവീക്ഷണത്തെയും പരിപാടിയെയും സംബന്ധിച്ച് ജനങ്ങൾക്കിടയിൽ തെറ്റിദ്ധാരണ ജനി പ്പിക്കുകയും ചെയ്തു." (ബി ടി ആർ)

1933 ൽ ആ തെറ്റ് തിരുത്തുന്നതിന് ശ്രമം തുടങ്ങി. അതിന്റെ ഭാഗ മായി ചൈന, ബ്രിട്ടൻ, ജർമനി എന്നീ രാജ്യങ്ങളിലെ കമ്യൂണിസ്റ്റ് പാർട്ടി കൾ സിപി ഐ ക്ക് ഒരുതുറന്ന കത്തെഴുതി.ആ കത്തിൽ ഇന്ത്യൻ കമ്യൂ ണിസ്റ്റ് പാർട്ടിയുടെ അവസ്ഥയെക്കുറിച്ച് ഇപ്രകാരം പറഞ്ഞു:

കമ്യൂണിസ്റ്റ്പാർട്ടിയാണെങ്കിൽ ഇപ്പോഴും ദുർബലമായ ചെറു സംഘങ്ങൾ അടങ്ങിയതാണ്. ആ സംഘങ്ങൾ പരസ്പരം ബന്ധ മില്ലാതെ, രാഷ്ട്രീയമായി യോജിപ്പില്ലാതെ പലപ്പോഴും ജനങ്ങ ളിൽനിന്ന് ഒറ്റപ്പെട്ടുകിടക്കുകയാണ്.ചിലേടങ്ങളിൽ അവയെ ദേശീയപരിഷ്കരണവാദത്തിൽ നിന്ന്വ്യക്തമായി തിരിച്ചറിയാൻ പോലും കഴിയില്ല.

ഒരു സജീവരാഷ്ട്രീയശക്തി എന്നനിലയിൽനിന്ന് ജനകീയപ്രസ്ഥാ നത്തിന്റെ നേതാവായി തൊഴിലാളിവർഗത്തെ മാറ്റിയെടുക്കണമെങ്കിൽ സ്വാതന്ത്ര്യസമരത്തിന്റെ വഞ്ചകന്മാരെന്ന നിലയിൽ ബൂർഷ്വാ നാഷണൽ കോൺഗ്രസിനെയും അതിന്റെ ഇടതുപക്ഷത്ത് നിൽക്കുന്ന ബോസ്, ഖണ്ഡേക്കർ, റോയി തുടങ്ങിയവരെയും തുറന്നുകാട്ടണമെന്ന് പറയുന്ന കത്തിൽ പക്ഷേ, ഇത്രയും കൂടി പറഞ്ഞു.

ഇതൊക്കെയാണെങ്കിലും ഇടതുപക്ഷ ദേശീയ പരിഷ്കര ണവാദികൾക്കെതിരെ സമരംചെയ്യുമ്പോൾ ജനങ്ങളുടെ സമര ത്തിൽ നിന്ന് നാം വിട്ടുനിൽക്കുന്നത് ശരിയല്ല. ജനങ്ങൾ നാഷ ണൽ കോൺഗ്രസിനുപിന്നിൽ അണിനിരന്നതായാണ് കാണുന്ന ത്. ബൂർഷ്വാ കോൺഗ്രസ് നേതൃത്വവും കോൺഗ്രസിന്റെ വഞ്ച നാപരമായ സ്വഭാവംമനസ്സിലാക്കാതെ അതിനെ പിന്തുടരുന്ന തൊഴിലാളികൾ, കൃഷിക്കാർ, പട്ടണത്തിലെ പെറ്റിബൂർഷ്വാസി

യിലുൾപ്പെട്ട വിപ്ലവശക്തികൾ എന്നിവരും തമ്മിലുള്ള വ്യത്യാസം നാം കാണണം. അതിനാൽ നാഷണൽ കോൺഗ്രസ് സംഘടിപ്പി ക്കുന്ന എല്ലാ ബഹുജനപ്രകടനങ്ങളിലും കമ്യൂണിസ്റ്റുകാർ പങ്കെ ടുക്കണം. അങ്ങനെ ചെയ്യുമ്പോൾ തന്നെ സ്വന്തം മുദ്രാവാക്യ ങ്ങളും പ്രക്ഷോഭപരിപാടികളുമായി കമ്യൂണിസ്റ്റുകാർ മുമ്പോട്ടു വരണം.

ഈ കത്ത് മുഖ്യമായും അവലംബമാക്കിയത് കർമപരിപാടിയെയും കമ്യൂണിസ്റ്റ് ഇന്റർനാഷണലിന്റെ ആറാം കോൺഗ്രസ് തീസിസിനെയു മാണെങ്കിൽ കോൺഗ്രസ്സംഘടിപ്പിക്കുന്ന ബഹുജനസമരങ്ങളിൽ പങ്കെ ടുക്കേണ്ടതിന്റെ ആവശ്യകതക്ക് ഊന്നൽ നൽകിയെന്നതാണ് അതിന്റെ സവിശേഷത. ദേശീയസമരത്തിന്റെ മുഖ്യധാരയിൽനിന്ന് ഒറ്റപ്പെട്ടുപോ കാൻ കമ്യൂണിസ്റ്റുപാർട്ടിയെ അനുവദിക്കരുതെന്ന് അത് മുന്നറിയിപ്പു നൽകി എങ്കിലും തെറ്റുതിരുത്തുന്നതിന് കാര്യമായ സഹായം നൽകാൻ ഈ കത്തിനു കഴിഞ്ഞില്ല.

ഇതിനെത്തുടർന്ന് 1933 ജൂലായ് 16 ന് ചൈനീസ് കമ്യൂണിസ്റ്റ് പാർട്ടി ഇന്ത്യൻ കമ്യൂണിസ്റ്റ് പാർട്ടിക്ക് ഒരു തുറന്ന കത്തെഴുതി. കോൺഗ്രസ് സംഘടിപ്പിക്കുന്ന ബഹുജനസമരങ്ങളിൽ പങ്കെടുക്കുന്നതിന് അത് ഊന്നൽനൽകി. കമ്യൂണിസ്റ്റ് പ്രസ്ഥാനത്തെ ഏകോപിപ്പിക്കുന്നതിന് അഭ്യർഥിച്ചു.

1930 കളുടെ തുടക്കത്തിൽ കമ്യൂണിസ്റ്റ് പാർട്ടി തെറ്റായ നയം അവ ലംബിച്ചതിന് പ്രധാന കാരണം അത് കമ്യൂണിസ്റ്റ് ഇന്റർനാഷണലിന്റെ ആറാം കോൺഗ്രസ് അംഗീകരിച്ച നയം അതേപടി ഇവിടെ നടപ്പാക്കാൻ ശ്രമിച്ചതാണ്. ആ നയം സ്വാതന്ത്ര്യത്തിനുവേണ്ടിയുള്ള സമരത്തിൽ ദേശീയ ബൂർഷ്വാസിയുടെ പങ്കിനെ നിഷേധിച്ചു. അതുകൊണ്ട് ഇന്ത്യ യിലെ കമ്യൂണിസ്റ്റുകാർ സിവിൽ നിയമലംഘന പ്രസ്ഥാനത്തിൽ പങ്കെ ടുക്കുന്നതിനേക്കാൾ ബൂർഷ്വാസിയെ തുറന്നുകാണിക്കുന്നതിൽ മുഖ്യ ഊന്നൽ നൽകി. ആ പ്രസ്ഥാനം ജനങ്ങൾക്കിടയിൽ വലിയ ഉത്സാഹവും ആവേശവും ജനിപ്പിച്ചപ്പോഴാണ് പാർട്ടി അങ്ങനെയൊരു നിലപാട് സ്വീ കരിച്ചത് എന്നോർക്കണം. ഈ നിലപാട് 1933 അവസാനം മീറത്ത് തടവു കാർ മോചിതരാകുന്നതുവരെ തുടർന്നു. അവർ മോചിതരായതിനുശേഷം പാർട്ടിയുടെ ഒരു രഹസ്യയോഗം കൽക്കത്തയിൽ കൂടി. ഇന്റർനാഷണ ലിന്റെ ചട്ടക്കുടിനകത്തുനിന്ന് പ്രവർത്തിക്കുന്ന ഒരു കേന്ദ്രനേതൃത്വം ഇവിടെനിന്ന് ഉയർന്നുവന്നുവെന്നു മാത്രമല്ല, കരടുരാഷ്ട്രീയപ്രമാണം എന്ന രേഖക്ക് അംഗീകാരം നൽകുകകകൂടി ചെയ്തു. പരിപാടി സംബ ന്ധിച്ചുള്ള പാർട്ടിയുടെ രണ്ടാമത്തെ രേഖയാണിത്. ബോംബെയിൽ നിന്നി റങ്ങിയ *കമ്യൂണിസ്റ്റ്* എന്ന കേന്ദ്രക്കമ്മിറ്റി മുഖപത്രത്തിൽ ഇത് പ്രസി ദ്ധീകരിച്ചു. ഇന്ത്യൻ വിപ്ലവത്തിന്റെ മുഖ്യകടമകൾ അതിനകത്ത് പ്രതി പാദിക്കുന്നു. പാർട്ടി തൊഴിലാളി – കർഷക ജനസാമാന്യത്തെ അണി നിരത്തി സാമ്രാജ്യത്വത്തിനുമേൽ വിജയം വരിക്കാൻ അവരെ നയിക്കു

മെന്നും തുടർന്ന് സോഷ്യലിസത്തിലേക്ക് മാർച്ചുചെയ്യുന്നതിന് അവരെ മുമ്പോട്ടുകൊണ്ടുപോകുമെന്നും അതിൽ പറയുന്നു.

ഇന്ത്യൻ വിപ്ലവത്തിന്റെ അവസാനഘട്ടത്തിലെ മുഖ്യകടമകൾ കര ടുരാഷ്ട്രീയപ്രമാണം അക്കമിട്ട്നിരത്തുന്നു. ബലപ്രയോഗത്തിലൂടെ ബ്രിട്ടീഷ് വാഴ്ച അവസാനിപ്പിച്ചതിനുശേഷം എല്ലാ കടങ്ങളും റദ്ദാക്കു മെന്നും എല്ലാ ഫാക്ടറികളും റെയിൽവെകളും ജലഗതാഗതവും തോട്ട ങ്ങളും ദേശസാൽക്കരിക്കുമെന്നും പ്രമാണം പറയുന്നു. തൊഴിലാളിക ളുടെ പ്രത്യേകാവശ്യങ്ങൾക്ക് അടിവരയിടുന്നു. കൃഷിക്കാരുടെ ആവശ്യ ങ്ങൾ മുമ്പോട്ടുവെക്കുന്നു. അധ്വാനിക്കുന്ന സ്ത്രീകളുടെ വിമോചന ത്തിന്റെ പ്രാധാന്യം ഊന്നുന്നു. പട്ടാളക്കാരുടെയും യുവാക്കളുടെയും ആവശ്യങ്ങൾ അവതരിപ്പിക്കുന്നു. 1936 വരെയുള്ള പ്രവർത്തനത്തിന് ഇതായിരുന്നു ആധാരം.

7

ദേശീയ ഐക്യമുന്നണിയുടെ ഘട്ടം

ഇന്ത്യൻ നാഷണൽ കോൺഗ്രസ് 1930- 34 ലെ സിവിൽ നിയമ ലംഘന പ്രസ്ഥാനം പിൻവലിച്ചു. കോൺഗ്രസ് നേതാക്കൾ ജയിലിൽ നിന്ന് പുറത്തുവന്നു. യാതൊരു സമരപരിപാടിയും അവർ ആവിഷ്കരി ച്ചില്ല. ദേശീയപ്രസ്ഥാനത്തിൽ ആവേശത്തോടെ അണിനിരന്ന യുവാക്ക ളെയാകെ ഇത് നിരാശരാക്കി. ഈ അവസ്ഥ മുറിച്ചുകടക്കാനുള്ള മാർഗ ങ്ങളെക്കുറിച്ച് അവർ ഗൗരവപൂർവം ചിന്തിച്ചു. സോവിയറ്റ് യൂണിയന്റെ ഒന്നാം പഞ്ചവത്സരപദ്ധതി പൂർത്തിയാക്കിയത് ഈ ഘട്ടത്തിലാണ്. പഞ്ച വത്സരപദ്ധതിയുടെ കണ്ണഞ്ചിപ്പിക്കുന്ന വിജയം കൊളോണിയൽ രാജ്യ ങ്ങളിലെ ജനങ്ങളിൽ സ്വാധീനം ചെലുത്തി. ആസ്വാധീനത്തിന്റെ ഫല മായി ഇന്ത്യയിലെ ഒരുസംഘം യുവഇടതുപക്ഷ ദേശീയവാദികൾ കോൺഗ്രസ് സോഷ്യലിസ്റ്റ് പാർട്ടി രൂപീകരിച്ചു.ഒരുപരിപാടിയും അത് മുന്നോട്ടുവച്ചു.

ഇതാണ് ഒരു ഭാഗത്ത് നടന്നതെങ്കിൽ മറ്റൊരുഭാഗത്ത് ഇന്ത്യയിലെ തൊഴിലാളി പ്രസ്ഥാനം പുതിയ സമരമുന്നേറ്റത്തിന് രൂപം നൽകുകയാ യിരുന്നു. അതിന്റെ പിന്നിൽ പ്രവർത്തിച്ചത് കമ്യൂണിസ്റ്റുകാർ. 1934 ൽ മറ്റ് ട്രേഡ്യൂണിയനുകളുടെ സഹായത്തോടെ ടെക്സ്റ്റൈൽ തൊഴിലാ ളികളുടെ ഒരു അഖിലേന്ത്യാപണിമുടക്ക് നടത്തുന്നതിൽ അവർ വിജ യിച്ചു. ഇത് ടെക്സ്റ്റൈൽ തൊഴിലാളികളുടെ ആദ്യത്തെ അഖിലേന്ത്യാ പണിമുടക്കം. പണിമുടക്കിനാസ്പദമായകാരണങ്ങളിലൊന്ന് രാഷ്ട്രീയ തടവുകാരെ വിട്ടയക്കൽ. ടെക്സ്റ്റൈൽപണിമുടക്ക് അവസാനിച്ച ഉടൻ ഗവൺമെന്റ് കമ്യൂണിസ്റ്റ് പാർട്ടിയുടെമേൽ ഒരിക്കൽകൂടി കടന്നാക്രമണം ആരംഭിച്ചു. 1934 ജൂലായിൽ പാർട്ടിയെ നിരോധിച്ചു. പലരും അറസ്റ്റിലാ യി. ചിലർ ഒളിവിൽ പോയി. ഇതിനെ നേരിടുകയും സാമ്രാജ്യത്വവിരുദ്ധ സമരത്തിൽ തൊഴിലാളികളെ ഒന്നിച്ചണിനിരത്തുകയും ചെയ്യണമെങ്കിൽ

തൊഴിലാളിയൂണിയനുകളുടെ ഐക്യം അനിവാര്യമാണെന്ന് പാർട്ടി മന
സ്സിലാക്കി. അതിനുള്ള ശ്രമം ആരംഭിക്കുകയും ചെയ്തു.

അപ്പോഴേക്കും കമ്യൂണിസ്റ്റ് ഇന്റർനാഷണലിന്റെ ഏഴാം കോൺഗ്ര
സായി. 1935ൽചേർന്ന ആ കോൺഗ്രസിന്റെ തീരുമാനങ്ങൾ ലോകകമ്യൂ
ണിസ്റ്റ് പ്രസ്ഥാനത്തിന്റെ ചരിത്രത്തിലെതന്നെ വഴിത്തിരിവ് കുറിച്ചു. ജർമ
നി, ഇറ്റലി, ഫ്രാൻസ് തുടങ്ങിയ രാജ്യങ്ങളിൽ ഫാസിസത്തിനെതിരായി
നടന്ന സമരത്തിന്റെഅനുഭവം കോൺഗ്രസ് ആഴത്തിൽ വിശകലനം നട
ത്തി. സമാധാനംകാത്തുരക്ഷിക്കുന്നതിന് യുദ്ധവിരുദ്ധശക്തികളെ അണി
നിരത്തേണ്ടതിന്റെഅടിയന്തരാവശ്യം ചർച്ചചെയ്തു.ഇന്ത്യയുൾപ്പെടെ
യുള്ള കൊളോണിയൽ രാജ്യങ്ങളിൽ വിപുലമായ സാമ്രാജ്യത്വവിരുദ്ധ
ഐക്യമുന്നണികൾ രൂപീകരിക്കാൻ കോൺഗ്രസ് ആഹ്വാനം ചെയ്തു.
സോഷ്യൽ ഡെമോക്രസിയോടും ദേശീയ പരിഷ്കരണവാദികളോടും
നേരത്തെ സ്വീകരിച്ച സമീപനത്തിൽ കോൺഗ്രസ് പല തിരുത്തലുകളും
വരുത്തി.ഏഴാം കോൺഗ്രസിൽ അവതരിപ്പിച്ച റിപ്പോർട്ടിൽ ഇന്ത്യൻ കമ്യൂ
ണിസ്റ്റുകാരെ ഇങ്ങനെ ഉപദേശിച്ചു:

ഇന്ത്യയിൽ കമ്യൂണിസ്റ്റുകാർ എല്ലാ സാമ്രാജ്യത്വവിരുദ്ധ
ബഹുജനപ്രവർത്തനങ്ങളിലും പങ്കെടുക്കുകയും അവക്ക്
പിന്തുണ നൽകുകയും അവയെ വിപുലപ്പെടുത്തുകയും ചെയ്യ
ണം. ദേശീയ പരിഷ്കരണവാദികളുടെ നേതൃത്വത്തിലുള്ളവരെ
പ്പോലും ഒഴിവാക്കരുത്.തങ്ങളുടെ രാഷ്ട്രീയവും സംഘടനാപര
വുമായ സ്വാതന്ത്ര്യം നിലനിർത്തുമ്പോൾ തന്നെ ഇന്ത്യൻ നാഷ
ണൽ കോൺഗ്രസിന്റെ പോഷകസംഘടനകൾക്കുള്ളിൽ അവർ
സജീവമായിപ്രവർത്തിക്കണം. ബ്രിട്ടീഷ് സാമ്രാജ്യത്വത്തിനെതി
രായ ഇന്ത്യൻ ജനതയുടെ ദേശീയ വിമോചന പ്രസ്ഥാനത്തെ
പൂർവാധികം വളർത്തിയെടുക്കുന്നതിനുവേണ്ടി ഇന്ത്യൻ നാഷ
ണൽ കോൺഗ്രസിനുള്ളിൽ ദേശീയവിപ്ലവകാരികളുടെ   ഒരു
വിഭാഗം ഉരുത്തിരിഞ്ഞുവരുന്നതിനെ കമ്യൂണിസ്റ്റുകാർ സഹായി
ക്കണം.

ഇന്ത്യയിലെ കമ്യൂണിസ്റ്റുകാർ ഐക്യമുന്നണിയെന്ന അടവ് നട
പ്പാക്കുന്ന കാര്യം ചർച്ച ചെയ്തുകൊണ്ടിരിക്കുകയായിരുന്നു. അപ്പോഴാണ്
ബ്രിട്ടീഷ് കമ്യൂണിസ്റ്റുപാർട്ടി നേതാക്കളായ രജനിപാംദത്തും ബെൻ
ബ്രാഡ്ലിയും ഒരു തീസിസ് (ദത്ത്-ബ്രാഡ്ലി തീസിസ് എന്ന പേരി
ലാണ് അത് അറിയപ്പെടുന്നത്) ഇന്ത്യൻ കമ്യൂണിസ്റ്റുകാർക്കയച്ചുകൊ
ടുത്ത്. ഇന്ത്യൻ പരിതഃസ്ഥിതിയിൽ ഐക്യമുന്നണിനയം എങ്ങനെ
നടപ്പാക്കണമെന്നതിനെസംബന്ധിച്ച മൂർത്തമായ നിർദേശങ്ങളാണ് അതി
ലടങ്ങിയത്.

ദത്ത്- ബ്രാഡ്ലി തീസിസിനെ ആധാരമാക്കിയും സ്വന്തം അനുഭ
വങ്ങളുടെ വെളിച്ചത്തിലും വിപുലമായ സാമ്രാജ്യത്വവിരുദ്ധ ഐക്യമു
ന്നണി കെട്ടിപ്പടുക്കുന്നതിനുള്ള മൂർത്തമായ അടവുകൾ കേന്ദ്രക്കമ്മിറ്റി

രജനി പാംദത്ത്

ആവിഷ്കരിച്ചു. കോൺഗ്രസിനെ വിപു ലമായ ഒരു സാമ്രാജ്യത്വവിരുദ്ധസംഘ ടനയായി മാറ്റുകയെന്ന ലക്ഷ്യ ത്തോടെ കമ്യൂണിസ്റ്റുകാർ കോൺഗ്ര സിനകത്ത് പ്രവർത്തിക്കണമെന്ന് കേന്ദ്രക്കമ്മിറ്റി തീരുമാനിച്ചു. കൂടാതെ കോൺഗ്രസ് സോഷ്യലിസ്റ്റ് പാർട്ടിയു മായി സഹകരിക്കാനും തീരുമാനിച്ചു.

അടവുപരമായ ഈ നയം പിന്തു ടർന്ന പാർട്ടികേഡർമാരും നേതാ ക്കളും പല സംസ്ഥാനങ്ങളിലും കോൺഗ്രസിന്റെയും കോൺഗ്രസ് സോഷ്യലിസ്റ്റ്പാർട്ടിയുടെയും സ്വാധീ നശക്തിയുള്ള നേതാക്കളായി. സുന്ദ രയ്യ, സർ ദേസായി, സെഡ് എ അഹ മ്മദ്, കെ എം അഷറഫ്, സജ്ജാദ് സഹീർ, ബങ്കിം മുഖർജി, സോമ നാഥ് ലാഹിരി, ഇ എം എസ്, പി കൃഷ്ണപിള്ള, എ കെ ജി തുടങ്ങിയ കമ്യൂണിസ്റ്റ് നേതാക്കൾ കോൺഗ്രസിന്റെ സംസ്ഥാനനേതാക്കളോ അഖി ലേന്ത്യാ നേതാക്കളോ ആയി തിരഞ്ഞെടുക്കപ്പെട്ടു. കോൺഗ്രസിനകത്ത് കമ്യൂണിസ്റ്റുകാർ നടത്തിയ പ്രവർത്തനവും സി എസ് പിയുമായുള്ള സഹകരണവും ഉശിരൻ വിഭാഗങ്ങളുമായുള്ള അവരുടെ ബന്ധം ശക്തി പ്പെടുത്തുക മാത്രമല്ല സാമ്രാജ്യത്വവിരുദ്ധപ്രസ്ഥാനത്തിന് കരുത്ത് പക രുകകൂടി ചെയ്തു.

കോൺഗ്രസിനകത്ത് പ്രവർത്തിക്കുമ്പോൾതന്നെ അതിനകത്തെ ഇടതുപക്ഷശക്തികളുമായി ചേർന്ന് ബഹുജനസംഘടനകൾ രൂപീകരി ക്കാൻ കമ്യൂണിസ്റ്റുകാർ മുൻകൈയെടുത്തു. അങ്ങനെ 1936 ഏപ്രിലിൽ അഖിലേന്ത്യാ കിസാൻസഭ രൂപം കൊണ്ടു. അതേവർഷം തന്നെ അഖി ലേന്ത്യാ വിദ്യാർഥി ഫെഡറേഷനും പുരോഗമനവാദികളായ എഴുത്തു കാരുടെ സംഘടനയും നിലവിൽ വന്നു. ഈ ജനാധിപത്യ വിഭാഗങ്ങ ളിൽ ഓരോന്നിന്റെയും പ്രത്യേകമായ ആവശ്യങ്ങൾ ഉയർത്തിക്കാട്ടി ഈ വിഭാഗങ്ങളെ സ്വാതന്ത്ര്യസമരത്തിലേക്ക് പരമാവധിആകർഷിച്ചണിനിര ത്തുകയെന്നതായിരുന്നു അവയുടെ രൂപീകരണോദ്ദേശ്യം. അങ്ങനെ തൊഴിലാളികളുടെയും കൃഷിക്കാരുടെയും ബുദ്ധിജീവികളുടെയും സജീ വപങ്കാളിത്തത്തോടെ കരുത്തുറ്റ ശക്തിയെന്ന നിലയിൽ സാമ്രാജ്യത്വ ത്തിനെതിരായ ഐക്യമുന്നണി ഉയർന്നുവരാൻ തുടങ്ങി.

1935 ലെ ഗവൺമെന്റ് ഓഫ് ഇന്ത്യ ആക്ടനുസരിച്ച് രൂപീകരിക്ക പ്പെടാൻ പോകുന്ന സംസ്ഥാന നിയമസഭകളിലേക്കുള്ള തിരഞ്ഞെടുപ്പു കൾ 1937 ൽ നടന്നു. വളരെയേറെ നീണ്ട ചർച്ചക്കുശേഷം കോൺഗ്രസ് പ്രസ്തുതതിരഞ്ഞെടുപ്പിൽ മൽസരിക്കാൻ തീരുമാനിച്ചു.ഒമ്പതു സംസ്ഥാ

നങ്ങളിൽ കോൺഗ്രസിന് ഭൂരിപക്ഷം കിട്ടി. ഒളിവിൽ കഴിയുന്ന കമ്യൂ ണിസ്റ്റ്പാർട്ടിയും തിരഞ്ഞെടുപ്പിൽ പങ്കെടുക്കാൻതീരുമാനിച്ചു.പല സംസ്ഥാനങ്ങളിലും തൊഴിലാളിവർഗത്തിന് ആധിപത്യമുള്ളതും കർഷ കപ്രസ്ഥാനംശക്തവുമായ നിയോജകമണ്ഡലങ്ങളിൽ പാർട്ടിയുടെ സ്ഥാനാർഥികൾ വിജയിച്ചു.

ഇ എം എസ്, സുന്ദരയ്യ 1943–ൽ

തിരഞ്ഞെടുപ്പിൽ പല പ്രവിശ്യകളിലും കോൺഗ്രസ് വിജയിച്ച തോടെ മന്ത്രിസഭയിൽ പങ്കാളികളാകുന്ന പ്രശ് നം ഉയർന്നുവന്നു. ഈ പ്രശ്നത്തിൽ കോൺഗ്ര സിനകത്ത് വലിയ അഭി പ്രായവ്യത്യാസം. ഗവ ൺമെന്റിലെ പങ്കാ ളിത്തം വളർന്നുവരുന്ന പ്രസ്ഥാനത്തെ ദുർബല പ്പെടുത്തുമെന്നും സാമ്രാ ജ്യത്വവുമായി കൂടുതൽ കൂടുതൽ സഹകരിക്കു ന്നതിലേക്ക് നയിക്കു മെന്നും ഇടതുപക്ഷം അഭിപ്രായപ്പെട്ടു. എ ങ്കിലും വലതുപക്ഷ ത്തിന് മേൽക്കൈ കിട്ടി. മന്ത്രിസഭകൾ രൂപീകരി

ക്കാൻ അവർ തീരുമാനിച്ചു. ഈ മന്ത്രിസഭകളുടെ സ്വഭാവം ഇ എം എസ് ഇപ്രകാരം രേഖപ്പെടുത്തി:

ഈ കോൺഗ്രസ് ഗവൺമെന്റുകളുടെ നേതൃത്വം വലതുപ ക്ഷക്കാരുടേതായിരുന്നു. അവരുടെ നേതാക്കളായ മദിരാശിയിലെ രാജഗോപാലാചാരിയടക്കം പലരും തൊഴിലാളി- കർഷകാദി ബഹുജനങ്ങളുടെ പ്രക്ഷോഭങ്ങൾക്ക് തികച്ചും എതിരായ നില പാടാണെടുത്തത്. അതുകൊണ്ട് ആ ഗവൺമെന്റുകളുടെ നയസ മീപനങ്ങൾക്കെതിരെ ജനങ്ങളെ അണിനിരത്താൻ ഇടതുപക്ഷ ക്കാർ നിർബന്ധിക്കപ്പെട്ടു.

(ഇന്ത്യൻ കമ്യൂണിസ്റ്റ് പ്രസ്ഥാനം 1920– 1998)

ഈ മന്ത്രിസഭകളുടെ നേതാക്കൾ വലതുപക്ഷക്കാരായിരുന്നതി നാലും അവർ തൊഴിലാളി-കർഷകാദി ബഹുജനങ്ങളുടെ പ്രക്ഷോഭ ങ്ങൾക്ക് തികച്ചും എതിരായിരുന്നതിനാലും മന്ത്രിസഭ പലതവണജന

ങ്ങളുമായി ഏറ്റുമുട്ടി. പ്രമുഖ കമ്യൂണിസ്റ്റ്നേതാവ് ബാട്ലിവാലക്കെതിരെ രാജഗോപാലാചാരി രാജ്യദ്രോഹ നിയമം ഉപയോഗിച്ചത് ആന്ധ്രയിലെയും മറ്റു സ്ഥലങ്ങളിലെയും ജനങ്ങളിൽ നിന്ന് കടുത്ത പ്രതിഷേധം ക്ഷണി ച്ചുവരുത്തി. അതിന്റെഫലമായി അദ്ദേഹത്തിനെതിരെ ചാർജ് ചെയ്ത കേസ് പിൻവലിക്കേണ്ടിവന്നു.

ബോംബെയിൽ ഗവൺമെന്റ് ശരിക്കും തൊഴിലാളിവിരുദ്ധ നടപ ടികൾതന്നെ കൈക്കൊണ്ടു. ടെക്സ്റ്റൈൽ മില്ലിൽനടന്ന പണിമുടക്കുമായി ബന്ധപ്പെട്ട് മില്ലുടമകളുടെ താൽപ്പര്യം സംരക്ഷിക്കാൻ, കോൺഗ്രസ് മന്ത്രിസഭ നേരിട്ടിടപെടുകയും ഡാങ്കെയെയും മറ്റ് ട്രേഡ്യൂണിയൻ നേതാക്കളെയും അറസ്റ്റുചെയ്യുകയും ചെയ്തു. അറസ്റ്റിലായ നേതാ ക്കൾക്ക് മാസങ്ങളോളം ജാമ്യം നിഷേധിച്ചു. ക്രിമിനൽ ട്രൈബ്സ് നിയമം പിൻവലിക്കണമെന്നാവശ്യപ്പെട്ട് സമരം നടത്തിയതിന് സർദേ സായിയെയും മറ്റ് കമ്യൂണിസ്റ്റ് നേതാക്കളെയും അറസ്റ്റ് ചെയ്യാൻ മന്ത്രി സഭ ഉത്തരവിട്ടു. പണിമുടക്കുകൾ നിയന്ത്രിക്കാനും നിയമവിരുദ്ധമാ ക്കാനും ഒരു ബില്ല് പാസാക്കിയെടുക്കാൻ പോലും മടിച്ചില്ല. യൂണിയനു കളുടെ അംഗീകാരത്തിന് ചില മുൻ ഉപാധികളും മുന്നോട്ടുവച്ചു. ഗവൺമെന്റ് പാസാക്കിയ കരി നിയമത്തിന്റെ ലക്ഷ്യം തൊഴിലാളികൾക്കി ടയിൽ കമ്യൂണിസ്റ്റ്സ്വാധീനമില്ലാതാക്കുകയും തങ്ങൾക്ക്വഴങ്ങുന്ന യൂണിയനുകളുടെ സ്വാധീനത്തിൽ തൊഴിലാളികളെ കൊണ്ടുവരുകയും ചെയ്യുക എന്നതായിരുന്നു. കമ്യൂണിസ്റ്റുകാരും ട്രേഡ് യൂണിയനുകളും ബില്ലിനെഎതിർത്തു.ഗിർണി കാംഗാർ യൂണിയനും എ ഐ ടി യു സിയുടെ ബോംബെ ഘടകവും മറ്റനേകം സംഘടനകളും ഒരു ദിവസം പണിമുടക്കി. രണ്ട് തൊഴിലാളികളെ വെടിവെച്ചു വീഴ്ത്തിക്കൊണ്ടാണ് ഗവൺമെന്റ് പണിമുടക്കിനെ നേരിട്ടത്. 1938 നവംബരിൽ ബോംബെയിലെ

മുസഫർ അഹമ്മദ്, ബങ്കിം മുഖർജി, പി സി ജോഷി, സോമനാഥ് ലാഹരി

കരിനിയമത്തിനെതിരെ അഖിലേന്ത്യാ വ്യാപകമായി എ ഐ ടി യു സി
ഒരു ദിവസത്തെ പണിമുടക്ക് നടത്തി.

ഒരു ഭാഗത്ത് കമ്യൂണിസ്റ്റുകാരെ അടിച്ചമർത്താൻ ശ്രമിച്ചപ്പോൾ
തന്നെ മറുഭാഗത്ത് സാമ്പത്തികാനുകൂല്യങ്ങൾ നൽകി തൊഴിലാളികളെ
ആശ്വസിപ്പിക്കാൻ നോക്കി ഗവൺമെന്റ്. മന്ത്രിസഭ നിയോഗിച്ച ഒരു
കമ്മിറ്റി എട്ട് ശതമാനം വേതനവർധനവ് ശൂപാർശ ചെയ്തു. മന്ത്രിസഭ
ഉടൻതന്നെ കമ്മിറ്റിയുടെ ശൂപാർശ സ്വീകരിച്ചു. അത് നടപ്പാക്കുന്ന
തിന് ഉറപ്പുവരുത്തി.

പ്രക്ഷോഭങ്ങളുടെ സമ്മർദം നിമിത്തം പല സംസ്ഥാനങ്ങളിലെയും
ഗവൺമെന്റുകൾ തൊഴിലാളികൾക്കും കൃഷിക്കാർക്കും മറ്റധ്വാനിക്കുന്ന
ജനവിഭാഗങ്ങൾക്കും ധാരാളം ആനുകൂല്യങ്ങൾ നൽകി. സെമിന്ദാരി
സമ്പ്രദായം നിലവിലുണ്ടായിരുന്ന യു പി മുതലായ പല സംസ്ഥാനങ്ങ
ളിലും കോൺഗ്രസിന്റെ പ്രഖ്യാപിത നയങ്ങൾക്കനുസരിച്ചുള്ള കാർഷിക
നിയമങ്ങൾ പാസാക്കി. സെമിന്ദാരി സമ്പ്രദായം നിലവിലില്ലാത്ത മദിരാ
ശിയിൽ കൃഷിക്കാർക്ക് കടത്തിൽ ഇളവുനൽകുന്നനിയമംവന്നു. മലബാ
റിൽ കുടിയായ്മ നിയമം ഭേദഗതി വരുത്തുന്ന കാര്യം പരിശോധിക്കാൻ
ഒരു കമ്മിറ്റി നിയോഗിക്കപ്പെട്ടു. ഈ കമ്മിറ്റിയിലെ ഒരു അംഗമായിരുന്നു
അന്ന് മദിരാശി നിയമസഭയിലെ കോൺഗ്രസ് എം എൽ എയും കെ പി
സി സി സെക്രട്ടറിയുമായിരുന്ന ഇ എം എസ്.

ഇപ്രകാരം ഒരുഭാഗത്ത് കമ്യൂണിസ്റ്റുകാർക്ക് പ്രവർത്തന സ്വാത
ന്ത്ര്യം നൽകുമ്പോൾ തന്നെ, മറുഭാഗത്ത് അവരെ അടിച്ചമർത്താൻ
നോക്കുക; ഒരു ഭാഗത്ത് തൊഴിലാളികൾക്കും കൃഷിക്കാർക്കും മറ്റധ്വാ
നിക്കുന്ന ജനവിഭാഗങ്ങൾക്കും ആശ്വാസം പകരുന്ന നിയമനിർമാണങ്ങൾ
നടത്തുകയും നടപടികൾ കൈക്കൊള്ളുകയും ചെയ്യുമ്പോൾ തന്നെ,
മറുഭാഗത്ത് അവരുടെ പ്രക്ഷോഭസമരങ്ങളെ കരിനിയമങ്ങൾ ഉപയോ
ഗിച്ചും മറ്റും തച്ചമർത്തുക– ഇങ്ങനെയൊരു നിലപാടാണ് വിവിധ
സംസ്ഥാനങ്ങളിലെ ഗവൺമെന്റുകൾ സ്വീകരിച്ചത്. അതുകൊണ്ട്
ഗവൺമെന്റിന്റെ ക്രിയാത്മക നടപടികൾക്ക് പിന്തുണ നൽകുമ്പോൾ
തന്നെ നിഷേധാത്മക നടപടികളെ എതിർക്കുകയെന്ന നിലപാട് കമ്യൂ
ണിസ്റ്റ് പാർട്ടി സ്വീകരിച്ചു.

വിവിധ പ്രവിശ്യകളിൽ തിരഞ്ഞെടുക്കപ്പെടുന്ന ഗവൺമെന്റുകൾ
അധികാരത്തിലിരുന്ന ഈ ഘട്ടത്തിൽ തൊഴിലാളി സമരങ്ങൾ വളർത്തി
യെടുക്കുന്നതിൽ കമ്യൂണിസ്റ്റ്പാർട്ടി പ്രത്യേകംശ്രദ്ധിച്ചു. 1937–38 ൽ 379
പണിമുടക്കുകൾ നടന്നു. 1921 ന് ശേഷം ആദ്യമായാണ് ഇത്രയധികം
പണിമുടക്കുകൾ നടന്നത്. 6.76 ലക്ഷം തൊഴിലാളികൾ ഈ പണിമുട
ക്കുകളിലുൾപ്പെട്ടിട്ടുണ്ടെന്നാണ് കണക്ക്. ബംഗാളിൽ നടന്ന ചണമിൽ
തൊഴിലാളി പണിമുടക്കിൽ രണ്ടേകാൽലക്ഷം തൊഴിലാളികൾ പങ്കെ
ടുത്തു. ബംഗാൾ പ്രവിശ്യാ കോൺഗ്രസ് കമ്മിറ്റി ഈ പണിമുടക്കിന്
പിന്തുണ നൽകി. *നാൽപ്പതിനായിരം തൊഴിലാളികൾ പങ്കെടുത്ത*

കോൺപൂരിലെ ടെക്സ്റ്റൈൽ തൊഴിലാളി പണിമുടക്കാണ് ഈ ഘട്ട
ത്തിലെ എടുത്തുപറയേണ്ട മറ്റൊരുപണിമുടക്ക്. 55 ദിവസം നീണ്ടുനിന്ന
ആ പണിമുടക്ക് ശ്രദ്ധേയമായ പല നേട്ടങ്ങളും കൈവരിച്ചു 1938 ൽ
തിരുവിതാംകൂറിൽ പൊതുപണിമുടക്ക് നടന്നു. ഉത്തരവാദഭരണം എന്നത്
ആ പണിമുടക്കിന്റെ പ്രധാന ആവശ്യമായിരുന്നു.

കർഷകരംഗത്തുമു
ണ്ടായി ഈ ഘട്ടത്തിൽ
വലിയ മുന്നേറ്റം. 1930
കളിലുടനീളം ഇന്ത്യ
യിലെ എല്ലാ പ്രവിശ്യക
ളിലും കർഷകസമര
ങ്ങൾ പൊട്ടിപ്പുറപ്പെട്ടു.
പാട്ടം വെട്ടിക്കുറയ്ക്കുക,
ഒഴിപ്പിക്കൽ തടയുക,
നിർബന്ധവേലനിയന്ത്രി
ക്കുക, ആക്രമപ്പിരിവു
കൾ അവസാനിപ്പിക്കു
ക– ഇങ്ങനെ പോകുന്നു
കർഷകസമരങ്ങൾക്കാ
ധാരമായ ആവശ്യങ്ങൾ.
രണ്ടാം ലോകമഹായു
ദ്ധം ആരംഭിച്ചപ്പോഴും
ബിഹാർ, ബംഗാൾ,
പഞ്ചാബ്, സിന്ധ്, ആ
ന്ധ്ര, മലബാർ, സുർമാ
വാലി തുടങ്ങിയ പ്രദേശ
ങ്ങളിൽ വമ്പിച്ച കർഷ
കസമരങ്ങൾ ആരംഭിച്ചു

കഴിഞ്ഞു. അവയക്ക് നേതൃത്വം നൽകിയ കിസാൻസഭയും വളർന്നു.
1938 ൽ കിസാൻസഭയുടെ മൂന്നാം സമ്മേളനം നടക്കുമ്പോഴേക്ക് അതിലെ
അംഗസംഖ്യ അഞ്ചരലക്ഷമായി.

ചുരുക്കത്തിൽ ദേശീയ ഐക്യമുന്നണി കെട്ടിപ്പടുക്കാൻ ശ്രമിക്കു
മ്പോൾ തന്നെ തൊഴിലാളികളുടെയും കൃഷിക്കാരുടെയും സ്വതന്ത്ര സം
ഘടനകൾ കെട്ടിപ്പടുക്കുന്നതിൽ കമ്യൂണിസ്റ്റ്പാർട്ടി പ്രത്യേകം ശ്രദ്ധി
ച്ചു. ഈ ഘട്ടത്തിൽ ദേശീയ വിപ്ലവകാരികൾ കൂട്ടത്തോടെ കമ്യൂണിസ്റ്റ്
പാർട്ടിയിലേക്ക് വരാൻ തുടങ്ങി. കോൺഗ്രസ് സോഷ്യലിസ്റ്റ് പാർട്ടിയിൽ
നിന്നും ധാരാളം പേർ പാർട്ടിയിലേക്കുവന്നു. അങ്ങനെ ദേശീയപ്രസ്ഥാ
നത്തിൽ ശ്രദ്ധേയമായ ഒരു ശക്തിയായി പാർട്ടി വളർന്നു.

കമ്യൂണിസ്റ്റ് പാർട്ടിയുടെയും മറ്റ് ഇടതുപക്ഷ ചിന്താഗതിക്കാരു

ടെയും ശക്തിയും സ്വാധീനവും തെളിയിക്കപ്പെട്ട ഒരു സംഭവം 1938 ലുണ്ടായി. ആ വർഷം ജനുവരിയിൽ ത്രിപുരിയിൽ നടന്ന അഖിലേന്ത്യാ കോൺഗ്രസ് സമ്മേളനത്തിൽ സംയുക്ത ഇടതുപക്ഷത്തിന്റെ സ്ഥാനാർഥിയായി സുഭാഷ് ചന്ദ്രബോസ് മൽസരിച്ചു. ഗാന്ധിജിയും സർദാർപട്ടേലിന്റെ നേതൃത്വത്തിൽ അണിനിരന്ന വലതുപക്ഷവും ചേർന്ന് പട്ടാഭി സീതാരാമയ്യയെ എതിർ സ്ഥാനാർഥിയായി നിർത്തി. സുഭാഷ് ചന്ദ്രബോസ് 199 വോട്ടുകളുടെ ഭൂരിപക്ഷത്തോടെ വിജയിച്ചു. രാജ്യത്തു ണ്ടായ മാറ്റത്തിന്റെ പ്രതിഫലനമാണിത്.

8

ചരിത്രം ശരിവെച്ച നയസമീപനങ്ങൾ

ആയിരത്തിത്തൊള്ളായിരത്തി മുപ്പത്തിഒമ്പത് സെപ്തംബറിൽ രണ്ടാം ലോകമഹായുദ്ധം ആരംഭിച്ചു. ഹിറ്റ്ലർ പോളണ്ടിനെ ആക്രമിച്ച പ്പോൾ ബ്രിട്ടനും ഫ്രാൻസും, ജർമനിക്കെതിരെ യുദ്ധം പ്രഖ്യാപിച്ചു. ഏതാനും മണിക്കൂർ പിന്നിട്ടപ്പോൾ വൈസ്രോയി ഇന്ത്യയും യുദ്ധത്തിൽ പങ്കാളിയായയതായി പ്രഖ്യാപിച്ചു. ഇന്ത്യ യുദ്ധത്തിൽ പങ്കാളിയാകുന്ന തിനുമുമ്പ് ഇന്ത്യക്കാരുമായി ഇക്കാര്യം ചർച്ച ചെയ്യണമെന്ന് അവർക്ക് തോന്നിയതേയില്ല.

യുദ്ധത്തോടെടുക്കേണ്ട സമീപനത്തെച്ചൊല്ലി അഭിപ്രായവ്യത്യാസം ഉടലെടുത്തു. ബ്രിട്ടീഷ്സാമ്രാജ്യത്വവുമായി ഒത്തുതീർപ്പുണ്ടാക്കാൻ ശ്രമിച്ചു കോൺഗ്രസ് നേതൃത്വം. ദേശീയഗവൺമെന്റ് രൂപീകരിക്കാൻ സമ്മതിച്ചാൽ യുദ്ധംതുടർന്നുനടത്താൻ സഹകരിക്കാമെന്നൊരു വ്യ വസ്ഥ കോൺഗ്രസ് മുമ്പോട്ടുവെച്ചു. ആ വ്യവസ്ഥ ബ്രിട്ടീഷ് ഗവൺമെന്റ് അംഗീകരിച്ചില്ല. അതിനാൽ തങ്ങളുടെ നേതൃത്വത്തിലുള്ള മന്ത്രിസഭക ളെല്ലാം രാജിവെക്കാൻ കോൺഗ്രസ് തീരുമാനിച്ചു. മാത്രമല്ല, വ്യക്തിസ ത്യഗ്രഹമാരംഭിക്കുകയും ചെയ്തു. ആ സത്യഗ്രഹസമരം പക്ഷെ, അതി വേഗം ചീറ്റിപ്പോയി.

സാമ്രാജ്യത്വരാജ്യങ്ങൾ തമ്മിൽ കോളനികൾ പുനർവിഭജിക്കുന്ന തിനുള്ളസമരമാണ് രണ്ടാം ലോകമഹായുദ്ധത്തിൽച്ചെന്ന് കലാശിച്ചത്. അതിനാൽ യുദ്ധത്തെ എതിർക്കേണ്ടതാണെന്ന് കമ്യൂണിസ്റ്റ് പാർട്ടി അഭി പ്രായപ്പെട്ടു. യുദ്ധത്തിനെതിരെ അണിനിരക്കാൻ തൊഴിലാളിവർഗ ത്തെയും മറ്റെല്ലാ ജനവിഭാഗങ്ങളെയും ആഹ്വാനം ചെയ്തു. മാത്രമല്ല യുദ്ധവിരുദ്ധപ്രവർത്തനത്തിൽ വ്യാപൃതമാകുകയും ചെയ്തു. പാർട്ടി യുടെ മുൻകൈയോടെ ഒക്ടോബർ രണ്ടിന് ബോംബെയിൽ യുദ്ധവിരു ദ്ധപ്രകടനം. 90,000 തൊഴിലാളികൾ അതിൽ പങ്കെടുത്തു. യുദ്ധത്തിനെ

കയ്യൂർ രക്തസാക്ഷികൾ

തിരെ ലോകത്ത് ആദ്യമായി സംഘടിപ്പിക്കപ്പെട്ട പണിമുടക്ക്. ഇതിനെത്തുടർന്ന് 1940 മാർച്ച് നാലിന് ബോംബെയിൽ ഒന്നേമുക്കാൽ ലക്ഷം തൊഴിലാളികൾ പണിമുടക്കി. ക്ഷാമബത്തക്കു വേണ്ടിയായിരുന്നു പണിമുടക്ക്. കടുത്ത അടിച്ചമർത്തലിനെ നേരിട്ടുകൊണ്ടാണെങ്കിലും പണിമുടക്ക് 40 ദിവസം നീണ്ടുനിന്നു. പണിമുടക്കിനോട് ഐക്യദാർഢ്യം പ്രകടിപ്പിച്ച് എല്ലാ വിഭാഗങ്ങളിലുംപെട്ട 3,55,000 തൊഴിലാളികൾ

മാർച്ച് 10 ന് പണിമുടക്കി. ബോംബെ പണിമുടക്കിനെത്തുടർന്ന് രാജ്യത്തൊട്ടാകെ പണിമുടക്കുകളുടെ ഒരു പരമ്പരതന്നെയുണ്ടായി. കോൺപൂരിലെ 25,000 ടെക്സ്റ്റൈൽ തൊഴിലാളികളുടെയും കൽക്കത്തയിലെ 20,000 മുനിസിപ്പൽ തൊഴിലാളികളുടെയും ബംഗാളിലെ ചണമിൽതൊഴിലാളികളുടെയും ദിഗ്ബോയിയിലെ ഓയിൽതൊഴിലാളികളുടെയും ധൻബാദിലെ കൽക്കരിഖനിത്തൊഴിലാളികളുടെയും ജംഷെഡ്പൂരിലെ ഇരുമ്പുരുക്ക് തൊഴിലാളികളുടെയും പണിമുടക്കുകൾ അതിലുൾപ്പെടുന്നു. കൃഷിക്കാരും പുറകിലായില്ല. 1939 ഒക്ടോബറിൽ ഐക്യപ്രവിശ്യയിലെ കൃഷിക്കാർ കിസാൻസഭയുടെ ആഹ്വാനപ്രകാരം സംസ്ഥാനവ്യാപകമായി അവകാശദിനം ആചരിച്ചു. ഒരൊറ്റ ദിവസം രണ്ടായിരം പൊതുയോഗങ്ങൾ സംസ്ഥാനത്ത് നടന്നു. 30 ലക്ഷം കൃഷിക്കാർ അതിൽ പങ്കെടുത്തു. മദിരാശി, മലബാർ, ആന്ധ്ര തുടങ്ങിയ പ്രദേശങ്ങളിലെ കൃഷിക്കാരും രംഗത്തുവന്നു. രാജ്യത്തിന്റെ പലഭാഗങ്ങളിലും വിദ്യാർഥികൾ യുദ്ധത്തിനെതിരെ പഠിപ്പുമുടക്കുകളും നടത്തി.

കേരളത്തിൽ കെ പി സി സി 1940 സെപ്തംബർ 15 ന് മർദനപ്രതിഷേധദിനം ആചരിക്കാൻ ആഹ്വാനം നൽകി. അന്നേദിവസം മലബാറിലെ

16 സ്ഥലങ്ങളിൽ നിരോധനാജ്ഞ ലംഘിക്കപ്പെട്ടു. തലശ്ശേരികടപ്പുറത്ത് നടന്ന വെടിവെപ്പിൽ അബുവും ചാത്തുക്കുട്ടിയും രക്തസാക്ഷികളായി. മട്ടന്നൂർ, കൂത്തുപറമ്പ്, വടകര എന്നിവിടങ്ങളിൽ വെടിവെപ്പും ലാത്തി ച്ചാർജും നടന്നു. പ്രസിദ്ധമായ മോറാഴ സംഭവംനടന്നതും അന്നുതന്നെ. ആ സംഭവത്തിന്റെ പേരിലാണ് കെ പി ആർ ഗോപാലനെ തൂക്കിക്കൊ ല്ലാൻ വിധിച്ചത്.

യുദ്ധമാരംഭിച്ചപ്പോൾ കേരളത്തിൽ മറ്റൊന്നുകൂടി സംഭവിച്ചു. കേര ളത്തിലെ കോൺഗ്രസ് സോഷ്യലിസ്റ്റ് പാർട്ടിഘടകം ഒന്നടങ്കം ഇന്ത്യൻ കമ്മ്യൂണിസ്റ്റുപാർട്ടിയിൽ ലയിക്കാൻ തീരുമാനിച്ചു. യുദ്ധത്തോട് കോൺഗ്രസ് സോഷ്യലിസ്റ്റുപാർട്ടി കൈക്കൊണ്ട സമീപനം അതിനൊരു കാരണമായിരുന്നു. 1939 ഡിസംബറിലായിരുന്നു അത്. അതിനുശേഷം നടന്ന ഏറ്റവും പ്രധാന സംഭവമാണ് 1940 സെപ്തംബർ 15 ന്റെ പ്രതി ഷേധദിനം. ആ ദിനം വിജയിപ്പിക്കുന്നതിൽ ഏറ്റവും പ്രധാന പങ്കുവഹി ച്ചത് കമ്മ്യൂണിസ്റ്റുകാരാണെന്നത് പ്രസിദ്ധം.

യുദ്ധം പ്രഖ്യാപിച്ച് അധികദിവസം കഴിയുന്നതിനുമുമ്പുതന്നെ കമ്മ്യൂണിസ്റ്റുപാർട്ടിയെ മർദ്ദിച്ചൊതുക്കുവാൻ ഗവൺമെന്റ് സർവ ആയു ധങ്ങളും എടുത്തു പ്രയോഗിക്കാൻ തുടങ്ങി. പാർട്ടിനേതാക്കളെയും പ്രവർത്തകരെയും കൂട്ടത്തോടെ അറസ്റ്റ് ചെയ്തു. അഞ്ഞൂറോളം കമ്മ്യൂ ണിസ്റ്റ് നേതാക്കളും കേഡർമാരും വിചാരണകൂടാതെ തടങ്കലിലായി. 6456 പേരെ പലകുറ്റങ്ങളുടെയുംപേരിൽ ശിക്ഷിച്ചു. 1664 പേരുടെ പ്രവർത്തനം നിയന്ത്രിക്കുകയോ അല്ലെങ്കിൽ അവരെ പ്രവർത്തനകേ ന്ദ്രങ്ങളിൽനിന്ന് പുറത്താക്കുകയോ ചെയ്തു. കമ്മ്യൂണിസ്റ്റ്പാർട്ടിയുടെ മുഖപത്രമായ *നാഷണൽ ഫ്രണ്ടും* ബോംബെയിൽ നിന്നുള്ള *ക്രാന്തി* പോലുള്ള സംസ്ഥാനമുഖപത്രങ്ങളും ഗവൺമെന്റ് നിരോധിച്ചു.

1941 ൽ സാർവദേശീയ സ്ഥിതിഗതികളിൽ വലിയ മാറ്റം വന്നു. ഏറെക്കുറെ യൂറോപ്പുമുഴുവൻ ആക്രമണം നടത്തിയതിനുശേഷം നാസി ജർമനി 1941 ജൂൺ 22 ന് സോവിയറ്റ്യൂണിയനെ ആക്രമിച്ചു. നാസി സൈന്യം സോവിയറ്റ്യൂണിയനിലേക്ക് മുന്നേറി. എന്തിന്, അവർ ഇറാഖ് വരെയെത്തി. ഈ നാസി ഭീഷണി നേരിടാൻ ബ്രിട്ടനും അമേ രിക്കയും സോവിയറ്റ് യൂണിയനും ഒന്നിച്ചു. ആഗോളതലത്തിൽ ഫാസി സത്തിന്റെ വിജയമെന്ന ആപത്ത് യഥാർഥ്യമായി. 1931 ൽ ചൈനയെ ആക്രമിക്കുകയും ചൈനയുടെ ചില ഭാഗങ്ങൾ കൈയടക്കുകയും ചെയ്ത ജപ്പാൻ തെക്കുകിഴക്കനേഷ്യൻ മേഖലയിലാകെ മുന്നേറി. 1941 ഡിസം ബർ7ന് ജപ്പാൻ അമേരിക്കക്കെതിരെ യുദ്ധംപ്രഖ്യാപിച്ചു.1942 ന്റെ ആദ്യ മാസങ്ങളിൽ ജാപ്പ് സൈന്യം അന്നത്തെ ഇന്ത്യയിലെ ചിറ്റഗോങ് വരെ മുന്നേറി.

അങ്ങനെ ലോകവും ഇന്ത്യയും ഫാസിസത്തിന്റെ ഗുരുതരമായ ഭീഷണിയെ നേരിട്ടു. ലോകത്തിലെ ആദ്യത്തെ സോഷ്യലിസ്റ്റുരാജ്യമായ സോവിയറ്റ് യൂണിയന് ഈ ഭീഷണിയെ നേരിടാനാകുമോ എന്ന ആശങ്ക

പരന്നു. ഈ ഘട്ടത്തിൽ ലോകവ്യാപകമായി ഒരു ഫാസിസ്റ്റ് വിരുദ്ധ കൂട്ടുകെട്ട് ഉയർന്നുവന്നു. കമ്യൂണിസ്റ്റ് ഇന്റർനാഷണൽ ജനകീയയുദ്ധം എന്ന മുദ്രാവാക്യം മുമ്പോട്ടുവെച്ചു. നിർഭാഗ്യവശാൽ യുദ്ധത്തിന്റെ സ്വ ഭാവത്തിൽ വന്നമാറ്റം പെട്ടെന്ന് തിരിച്ചറിയാൻ ഇന്ത്യൻ പാർട്ടി നേതൃത്വ ത്തിനുകഴിഞ്ഞില്ല.941 ജൂലായ് മാസത്തിൽ അംഗീകരിച്ച പി ബി പ്രമേ യത്തിൽപോലും യുദ്ധത്തെ വിപ്ലവ യുദ്ധമാക്കി പരിവർത്തിപ്പിക്കുക യെന്ന മുദ്രാവാക്യം ആവർത്തിക്കുകയാണ് ചെയ്തത്. ഈ ഘട്ടത്തി ലാണ് രണ്ടുരേഖകൾ പാർട്ടി നേതൃത്വത്തിന് ലഭിച്ചത്. അതിലൊന്ന് ഡിസംബർമാസത്തിൽ ദേവലിക്യാമ്പിൽ കഴിയുന്ന സഖാക്കൾ അയച്ച താണ്. ബി ടി രണദിവെയുടെ നേതൃത്വത്തിൽഅവർ ചർച്ച ചെയ്ത് തയ്യാ റാക്കിയതായിരുന്നു പ്രസ്തുത രേഖ. സോവിയറ്റ് യൂണിയൻ കൂടി പങ്കാ ളിയായ യുദ്ധത്തിന്റെ ഗതി ഇന്ത്യയിലെ സ്വാതന്ത്ര്യസമരത്തെയും സാധീ നിക്കുമെന്നാണ് അതിൽ പറഞ്ഞത്. ഏതാണ്ടിതേ സ്വഭാവത്തോടുകൂ ടിയ രണ്ടാമത്തെ രേഖ ബ്രിട്ടീഷ് കമ്യൂണിസ്റ്റുപാർട്ടി അയച്ചുകൊടുത്ത താണ്. ഈ രണ്ട് രേഖകളുടെ അടിസ്ഥാനത്തിൽ പാർട്ടി അതിന്റെ നയ മാകെ പുനഃപരിശോധിക്കുകയും ഒരു പുതിയ പ്രമേയം അംഗീകരിക്കു കയും ചെയ്തു. 1942 ഫെബ്രുവരിയിൽ അംഗീകരിച്ച പ്രമേയത്തിൽ യുദ്ധം ജനകീയയുദ്ധമായി മാറിയെന്ന് പൊളിറ്റ്ബ്യൂറോ പ്രഖ്യാപിച്ചു. ആ മാറ്റം ചരിത്രം ശരിവെക്കുകയും ചെയ്തു.

സോവിയറ്റ് യൂണിയന്റെ നേതൃത്വത്തിൽ ഫാസിസ്റ്റ് വിരുദ്ധശക്തി കൾ കൈവരിക്കുന്ന വിജയം ലോകസാമ്രാജ്യത്വവ്യവസ്ഥയെ ദുർബല മാക്കും.അത് ലോകജനതയുടെയും ഇന്ത്യയുടെ ദേശീയവിമോചനസമ രത്തിന്റെയും താൽപ്പര്യങ്ങൾ സംരക്ഷിക്കും. എന്നല്ല, ഇന്ത്യയെ അടിമ ത്തത്തിൽ തളച്ചിടുകയെന്നത്ബ്രിട്ടീഷ് ഭരണാധികാരികളെ സംബന്ധി ച്ചിടത്തോളം അസാധ്യമാക്കിത്തീർക്കും. ഇക്കാര്യം മനസ്സിലാക്കുന്നതിൽ കോൺഗ്രസ്നേതാക്കളും ദേശീയവാദികളും– ഇടതുപക്ഷ ദേശീയവാ ദികളുൾപ്പെടെ–പരാജയപ്പെട്ടു. കമ്യൂണിസ്റ്റ് പാർട്ടിയുടെ ഈ ധാരണ പൂർ ണമായും ശരിവെക്കുന്നതായിരുന്നു അനന്തരസംഭവവികാസങ്ങൾ. യുദ്ധ ത്തിന്റെഅവസാനം ഒരു സോഷ്യലിസ്റ്റ് ചേരി ഉയർന്നുവന്നു. അത് ദേശീ യമോചനസമരങ്ങൾക്ക് ഉത്തേജനംനൽകി. 1947ആഗസ്ത്15 ന് ഇന്ത്യക്ക് സ്വാതന്ത്ര്യവും ലഭിച്ചു.

യുദ്ധത്തിന്റെ സ്വഭാവത്തിൽ മാറ്റംവന്നുവെന്ന്കമ്യൂണിസ്റ്റ് പാർട്ടി പ്രഖ്യാപിച്ചശേഷം 1942 ജൂലായിൽ പാർട്ടിയുടെ മേലുള്ളനിരോധനം ഗവൺമെന്റ് പിൻവലിച്ചു.എട്ടുവർഷത്തിനുശേഷം പാർട്ടിക്ക് പരസ്യമായി പ്രവർത്തിക്കാമെന്നായി. നേതാക്കളിൽ മിക്കവരും ജയിലിൽനിന്ന് പുറ ത്തുവന്നു. ഇ എം എസിനെപ്പോലെ ഒളിവിൽക്കഴിഞ്ഞവരും പരസ്യപ്ര വർത്തനമാരംഭിച്ചു. ബോംബെയിൽ പാർട്ടിയുടെ ആസ്ഥാനം തുറന്ന് *പീപ്പിൾസ്വാർ* എന്ന പേരിൽ പാർട്ടിയുടെ കേന്ദ്രമുഖപത്രം പ്രസിദ്ധീക രണമാരംഭിച്ചു. വിവിധ പ്രവിശ്യകളിലും അതതുഭാഷകളിൽ പ്രസിദ്ധീ

ഒന്നാം പാർട്ടി കോൺഗ്രസ്സ് തിരഞ്ഞെടുത്ത കേന്ദ്രകമ്മിറ്റി

കരണങ്ങൾ പുറത്തുവന്നു. പുതിയ പരിതഃസ്ഥിതിയിൽ 1943 മെയ് 23 മുതൽ ജൂൺ ഒന്നുവരെ പാർട്ടിയുടെ ഒന്നാംകോൺഗ്രസ് ബോംബെയിൽ ചേർന്നു. അപ്പോൾ പാർട്ടിയുടെ അംഗസംഖ്യ 15,563.

രണ്ടാം ലോകമഹായുദ്ധം ആരംഭിച്ചപ്പോൾ യുദ്ധത്തിനെതിരെ നിശി തമായ നിലപാട് സ്വീകരിച്ച കോൺഗ്രസ് സോവിയറ്റ് യൂണിയൻ ആക്ര മിക്കപ്പെട്ടപ്പോൾ പെട്ടെന്ന് സമരോൽസുകമായി. ക്വിറ്റ് ഇന്ത്യാസമരത്തിന് ആഹ്വാനം നൽകി. അങ്ങനെയൊരു നിലപാടിലേക്ക് നീങ്ങരുതെന്നും എല്ലാവരും ഒത്തൊരുമിച്ച് ഒരു ദേശീയ ഗവൺമെന്റിനുവേണ്ടി ബ്രിട്ടീ ഷുകാരുടെമേൽ സമ്മർദം ചെലുത്തുകയാണ് വേണ്ടതെന്നും അതിനിട യിലാരംഭിക്കുന്ന സമരംസമ്മർദത്തിന്റെ ശക്തികുറയ്ക്കുക മാത്രമേ ചെയ്യുകയുള്ളുവെന്നും കമ്യൂണിസ്റ്റ് പാർട്ടി കോൺഗ്രസ് നേതൃത്വത്തോട് പറഞ്ഞു. അത് അവഗണിച്ചുകൊണ്ടാണ് കോൺഗ്രസ് ക്വിറ്റ് ഇന്ത്യാസ മരം തുടങ്ങിയത്.അപ്പോഴേയ്ക്കും കോൺഗ്രസ് നേതാക്കളെ ഗവൺമെന്റ് അറസ്റ്റ് ചെയ്ത് കാരാഗൃഹത്തിലാക്കി. സമരംപൊളിക്കാൻ എല്ലാ ആയു ധങ്ങളുമെടുത്ത് പ്രയോഗിക്കുകയും ചെയ്തു.സമരം അധികകാലം നീണ്ടു നിന്നില്ല. കാരണം അത് ചരിത്രപ്രവാഹത്തിനെതിരായിരുന്നു. അറസ്റ്റ് ചെയ്ത കോൺഗ്രസ് നേതാക്കളെ മോചിപ്പിക്കണമെന്നാവശ്യപ്പെട്ട് കമ്യൂണിസ്റ്റ് പാർട്ടി വമ്പിച്ചപ്രക്ഷോഭം സംഘടിപ്പിച്ചു.

കമ്യൂണിസ്റ്റ് പാർട്ടി പിന്തുടർന്ന നയം ശരിയായിരുന്നുവെന്ന് പറ ഞ്ഞല്ലോ.അങ്ങനെ ശരിയായ നയം പിന്തുടർന്നപ്പോൾ തന്നെ കമ്യൂണിസ്റ്റ് പാർട്ടിക്ക് ചില പിശകുകൾ സംഭവിച്ചു. എന്തൊക്കെയാണവ? ഹർകി ഷൻസിങ് സുർജീത്തിനെ ഉദ്ധരിക്കട്ടെ:

ഒന്ന്: പാർട്ടി ഫാസിസ്റ്റ് വിരുദ്ധ യുദ്ധത്തിനു പിന്തുണ നൽകി. അത് ശരിയായ നടപടിയായിരുന്നു. അതേസമയം, സാർവ ദേശീയരംഗത്തെ വൈരുധ്യങ്ങളെ ദേശീയരംഗത്തെ വൈരുധ്യ ങ്ങളുമായി സംയോജിപ്പിക്കുന്നതിൽ പരാജയപ്പെട്ടു. ഫലമോ? ദേശീയഗവൺമെന്റ് സ്ഥാപിക്കാൻ ദേശീയൈക്യത്തിനുവേണ്ടി

മഹാരാഷ്ട്രയിലെ വർളി കൃഷിക്കാർ പോലീസുമായി ഏറ്റുമുട്ടുന്നു

നടത്തുന്ന സമരം ദുർബലമായി. സാർവദേശീയരംഗത്ത് ഫാസി
സത്തിനെതിരായ സമരത്തിന് പിന്തുണ നൽകുന്നതോടൊപ്പം
ഇന്ത്യൻ ജനതയെ പ്രതിനിധീകരിക്കുന്ന ദേശീയഗവൺമെന്റ്
സ്ഥാപിക്കാൻ ബ്രിട്ടീഷ് ഗവൺമെന്റിനുമേൽ സമ്മർദം ചെലുത്തേ
ണ്ടതായിരുന്നു. ഫാസിസ്റ്റ് ശക്തികൾ നമ്മുടെ രാജ്യത്തിന്റെ പടി
വാതിൽക്കലെത്തിയപ്പോൾ മാത്രമാണ് അതിനെതിരെ പോരാടു
ന്നവരുമായി കൈകോർത്തുപിടിക്കാൻ നമുക്ക് കഴിഞ്ഞത്. ഈ
നയം സ്വാഭാവികമായും ദേശീയപ്രസ്ഥാനത്തിൽ നിന്ന് ഒരള
വോളം നമ്മെ അകറ്റി.

രണ്ട്: യുദ്ധശ്രമങ്ങ
ളെ അപകടപ്പെടുത്തു
കയോ അവയെ അട്ടിമറി
ക്കാൻ ഫാസിസ്റ്റ് ശക്തി
കളെ സഹായിക്കുകയോ
ചെയ്യുമെന്നപേരിൽ ബഹു
ജനസമരങ്ങൾ ഒഴിവാക്കു
കയെന്ന നയം പാർട്ടി സ്വീ
കരിച്ചു. അതിന്റെ അടി
സ്ഥാനത്തിൽ കിറ്റ്ഇന്ത്യാ
സമരത്തെ എതിർത്തു.
ഫോർവേഡ് ബ്ലോക്കു
കാരും സോഷ്യലിസ്റ്റു
കാരും കമ്യൂണിസ്റ്റുകാരെ
ബ്രിട്ടീഷ് ഏജന്റുമാർ എ
ന്നുവിളിച്ച് ആക്ഷേപിച്ച
പ്പോൾ അവരെ അഞ്ചാംപ

ത്തികളെന്നും ഫാസിസ്റ്റുകാരുടെ ഏജന്റുമാരെന്നും വിളിച്ച് കമ്യൂ ണിസ്റ്റുകാർ തിരിച്ചടിച്ചു.

മൂന്ന്: സ്റ്റാലിൻഗ്രാദ്‌യുദ്ധത്തിലെ വിജയത്തോടെ യുദ്ധ ത്തിൽ അനുകൂലമായ മാറ്റമുണ്ടായപ്പോൾ അയവേറിയഅടവുകൾ സ്വീകരിക്കുന്നതിൽ പാർട്ടി പരാജയപ്പെട്ടു. ബ്രിട്ടീഷുകാർക്കെതിരെ കുറേക്കൂടി ശക്തമായ സമരം നമുക്ക് സംഘടിപ്പിക്കാൻ സാധി ക്കുമായിരുന്നു" *(ഇന്ത്യൻ കമ്യൂണിസ്റ്റ് പ്രസ്ഥാനചരിത്രത്തിന്റെ രൂപരേഖ.)*

ഈ തെറ്റുകൾ ദേശീയപ്രസ്ഥാനത്തിന്റെ മുഖ്യധാരയിൽനിന്ന് കമ്യൂ ണിസ്റ്റുകാരെ ഒറ്റപ്പെടുത്തി. സ്വാതന്ത്ര്യപ്പോരാളികളിൽ ചിലർ പാർട്ടിയുടെ കടുത്ത ശത്രുക്കൾ പോലുമായി.

എങ്കിലും പാർട്ടിഅണികളുടെ മനക്കരുത്ത് തകരാതെനില നിർത്താനും ഒരളവുവരെ പാർട്ടിയുടെ ശക്തി വർധിപ്പിക്കാനും ഈ ഘട്ട ത്തിൽ സാധിച്ചു. എന്തുകൊണ്ടെന്നാൽ, കോൺഗ്രസ്‌നേതാക്കളുടെ മോചനത്തിനും കോൺഗ്രസ്– മുസ്ലീംലീഗ് ഐക്യത്തിനും ദേശരക്ഷ യ്ക്കുവേണ്ടി ദേശീയഗവൺമെന്റ് രൂപീകരിക്കുന്നതിനുംവേണ്ടി പാർട്ടി നടത്തിയ ക്യാമ്പെയിനുകൾ രാഷ്ട്രീയരംഗത്ത് ശക്തമായ അലകൾ സൃഷ്ടിച്ചു. മാത്രമല്ല, ബാംഗാൾക്ഷാമത്തിന്റെ ഘട്ടത്തിൽ പാർട്ടി നട ത്തിയ ദുരിതാശ്വാസപ്രവർത്തനങ്ങൾ ജനങ്ങളുടെ പ്രശംസപിടിച്ചുപറ്റി. ഇതിന്റെയെല്ലാം ഫലമായി യുദ്ധം അവസാനിച്ചപ്പോൾ കമ്യൂണിസ്റ്റുകാർ യുദ്ധവിരുദ്ധമുന്നേറ്റത്തിന്റെ മുൻപന്തിയിലെത്തി.

ഫാസിസ്റ്റ് ശക്തികളുടെ പരാജയത്തോടെ രണ്ടാംലോകമഹായുദ്ധം അവസാനിച്ചു. ഫാസിസത്തി നുമേൽ സോവിയറ്റ് യൂണി യൻ ഐതിഹാസികവിജയം നേടി. ഒരു സോഷ്യലിസ്റ്റ്ചേരി ഉദയംചെയ്തു. ലോകരംഗത്ത് വർഗശക്തികളുടെ ബലാബ ലത്തിൽ മാറ്റം വന്നു. സാമ്രാ ജ്യത്വശക്തികൾക്ഷീണിച്ചു. ദേശീയവിമോചനസമരങ്ങൾ ഇരമ്പിക്കയറി.ഇന്ത്യയിലുമു ണ്ടായി വമ്പിച്ച ജനകീയമു ന്നേറ്റം. ഐ എൻ എ തടവു കാരെ വിചാരണചെയ്യുന്നതി നെതിരെ രാജ്യവ്യാപകമായി നടന്ന പ്രകടനങ്ങളോടും പ്രക്ഷോഭങ്ങളോടും കൂടിയാ യിരുന്നു അതിന്റെ തുടക്കം.

ഹസ്നാബാദിലെ
തേഭാഗാസമര വളണ്ടിയർമാർ

നാവിക കലാപം (1946)

അതിന്റെ ഫലമായി ഐ എൻ എ തടവുകാരെ വിട്ടയക്കാൻ ഗവൺമെന്റ് നിർബന്ധിതമായി. ഇത് ജനങ്ങളുടെഇടയിൽ വിജയാഹ്ലാദത്തിന്റെ ആവേശം പകർന്നു. അവരിൽ ആത്മവിശ്വാസം ജനിച്ചു.

ഈ വിജയം നമ്മുടെ ദേശീയസമരത്തെ അടിച്ചമർത്താനുപയോഗിച്ച ബ്രിട്ടീഷ്പട്ടാളത്തിലെ ഇന്ത്യൻ പടയാളികളിലും യുവ ഉദ്യോഗസ്ഥരിലും അലയടിയുണ്ടാക്കി. ബോംബെയിൽ 1500 വൈമാനികർ പണിമുടക്കി. എങ്കിലും ഇത് ഏറ്റവുംഉയർന്ന രൂപത്തിലെത്തിയത് 1946 ഫെബ്രുവരിയിൽ ബോംബെയിൽ തുടങ്ങിയ നാവികകലാപത്തോടെയായിരുന്നു. യുദ്ധാനന്തരകാലത്തെ സാമ്രാജ്യത്വവിരുദ്ധ വിപ്ലവമുന്നേറ്റത്തിൽ ഏറ്റവും പ്രധാനപ്പെട്ട സംഭവമായിരുന്നു നാവിക കലാപം.

ബ്രിട്ടീഷ് ഉദ്യോഗസ്ഥർ ഇന്ത്യൻ പടയാളികളോട് കാണിച്ച മോശവും ധാർഷ്ട്യം നിറഞ്ഞതുമായ പെരുമാറ്റം, ഇന്ത്യക്കാർക്കെതിരെ വർണവിവേചനമുൾക്കൊള്ളുന്ന തരത്തിൽ ആവിഷ്കരിച്ച സേവനവ്യവസ്ഥകൾ തുടങ്ങിയവ കലാപത്തിന് കാരണമാണ്. കലാപകാരികൾ കോൺഗ്രസ്–ലീഗ് നേതാക്കളെ സഹായത്തിന് സമീപിച്ചു. പക്ഷേ, അവരിൽനിന്ന് സഹായം ലഭിച്ചില്ല. അവർ കേന്ദ്രനാവിക പണിമുടക്ക് കമ്മിറ്റി രൂപീകരിക്കുകയും ജനങ്ങളോട് സഹായാഭ്യർഥനനടത്തുകയും ചെയ്തു. ജനങ്ങളിൽനിന്നുണ്ടായ പ്രതികരണം ആവേശകരമായിരുന്നു. പണിമുടക്കിയതൊഴിലാളികൾ കപ്പലുകളിലേക്ക് ഭക്ഷണംഎത്തിച്ചുകൊടുക്കാൻ തയ്യാറായി. കലാപം വിശാഖപട്ടണം,കറാച്ചി തുടങ്ങിയ സ്ഥലങ്ങളിലേക്ക് വ്യാപിച്ചു. ഇത് അധികാരികളെ അമ്പരിപ്പിച്ചു. അവർ മൃഗീയമായ അടിച്ചമർത്തലിന് ഒരുങ്ങി. ഇന്ത്യൻപട്ടാളക്കാർ വെടിവെക്കാൻ വിസമ്മതിച്ചപ്പോൾ ബ്രിട്ടീഷ് പട്ടാളക്കാരെ കൊണ്ടുവന്നു.പണിമുടക്കി ഹർത്താലാചരിക്കാൻ തൊഴിലാളികളോടും ഇതര ജനവിഭാഗങ്ങളോടും കലാപകാരികൾ അഭ്യർഥിച്ചു. എ ഐ ടി യു സിയും കമ്യൂണിസ്റ്റുപാർട്ടിയും അതിന് പിന്തുണനൽകി. ലക്ഷക്കണക്കിന് തൊഴിലാളികൾ പണിമുടക്കി തെരുവിലിറങ്ങി.

പകപോക്കൽ നടപടികളിൽനിന്ന് പരിപൂർണമായസംരക്ഷണം

നൽകപ്പെടുമെന്ന് കോൺഗ്രസിന്റെയും ലീഗിന്റെയും നേതാക്കൾ ഉറപ്പു കൊടുക്കുകയും കീഴടങ്ങാൻ ഉപദേശിക്കുകയും ചെയ്തതനുസരിച്ച് ആർ ഐ എൻ കലാപത്തിൽ പങ്കെടുത്ത നാവികർ ഒടുവിൽ കീഴടങ്ങി. കീഴടങ്ങാൻ തീരുമാനിച്ചുകൊണ്ട് പണിമുടക്ക് കമ്മിറ്റി ഇങ്ങനെ പ്രഖ്യാ പിച്ചു. 'ഞങ്ങൾ ഇന്ത്യക്കാണ് കീഴടങ്ങുന്നത്, ബ്രിട്ടനല്ല'

1946– 47 കാലഘട്ടത്തിൽ എ ഐ ടി യു സിയുടെ നേതൃത്വത്തിൽ രാജ്യത്തങ്ങോളമിങ്ങോളം തൊഴിലാളിവർഗം വമ്പിച്ച പണിമുടക്കുസമ രങ്ങൾ നടത്തി. സാമ്പത്തികസമരങ്ങളുടെ രൂപത്തിൽ ആരംഭിച്ച ഈ പണിമുടക്കുകളധികവും അതിവേഗം രാഷ്ട്രീയസ്വഭാവമുൾക്കൊണ്ടു. റെയിൽവെ തൊഴിലാളികളുടെ പണിമുടക്കും പോസ്റ്റൽ ജീവനക്കാരുടെ പണിമുടക്കും അതിൽ പ്രധാനം. അക്കാലത്തുനടന്ന പണിമുടക്കുകളുടെ ആഴവുംവ്യാപ്തിയും മനസ്സിലാക്കുന്നതിനുള്ള ഒരു സ്ഥിതിവിവരക്ക ണക്ക് ഇതാ: 1945 ൽ 7,47,000 തൊഴിലാളികളുൾപ്പെട്ട പണിമുടക്കുകൾ നടന്നു. 1946 ൽ നടന്ന പണിമുടക്കുകളിൽ പങ്കെടുത്ത തൊഴിലാളികൾ 19,51,000. 1947 ന്റെ ആദ്യത്തെ എട്ടുമാസം നടന്ന പണിമുടക്കുകളിൽ 13,23,000 തൊഴിലാളികൾ പങ്കെടുത്തു.

രണ്ടാംലോകമഹായുദ്ധം അവസാനിച്ചതുമുതൽ സ്വാതന്ത്ര്യലബ്ധി വരെയുള്ള രണ്ടുവർഷം വമ്പിച്ച കർഷകസമരങ്ങൾ അലയടിച്ചുയർന്നു. കർഷകസമരങ്ങളിലധികവും നിർബന്ധവേലക്കും ഒഴിപ്പിക്കലിനും പാട്ടം വർധിപ്പിക്കുന്നതിനും എതിരായിട്ടായിരുന്നു. കനാൽ വെള്ളക്കരം വർധി പ്പിക്കുന്നതിനെതിരെ ചിലേടങ്ങളിൽ കൃഷിക്കാർ സമരംചെയ്തു. ജന്മി ത്തത്തിനെതിരെ മലബാറിൽ, വെള്ളക്കരം കുറയ്ക്കുന്നതിന് പഞ്ചാബിൽ, കൈവശക്കുടിയാന്മാർക്ക് ഉടമാവകാശം നൽകണമെന്നാവശ്യപ്പെട്ട്

തെലങ്കാനാ സമരനേതാക്കൾ

പെപ്സുവിൽ, കൃഷിഭൂമിയിൽനിന്നുള്ള ഒഴിപ്പിക്കലിനെതിരെ ആന്ധ്ര യിൽ, സർഭൂമിയിൽനിന്ന് ഒഴിപ്പിക്കുന്നതിനെതിരെ ഐക്യപ്രവിശ്യയിൽ, നിർബന്ധവേലക്കും ഒഴിപ്പിക്കലിനുമെതിരെ മഹാരാഷ്ട്രയിൽ, വിളവിന്റെ മുന്നിലൊന്ന് പങ്കുപാട്ടക്കാർക്ക് ലഭിക്കുന്നതിന് ബംഗാളിൽ– ഇങ്ങനെ എത്രയെത്ര കർഷകസമരങ്ങൾ! ഇതിനെല്ലാം മകുടം ചാർത്തുന്നതായി രുന്നു ഐതിഹാസികമായ തെലങ്കാനസമരം.

1946 ൽ ആരംഭിച്ച തെലങ്കാനസമരം 1951 വരെ തുടർന്നു. ഇന്ത്യക്ക് സ്വാതന്ത്ര്യം ലഭിച്ചയുടനെ സമരം അതിന്റെ ഉച്ചകോടിയിലെത്തി. ഹൈദ രാബാദിനെ ഇന്ത്യൻ യൂണിയനോട് ചേർക്കണമെന്നതും അതുവഴി നൈസാമിന്റെ ഫ്യൂഡൽ ഏകാധിപത്യവാഴ്ച അവസാനിപ്പിക്കണമെ ന്നുള്ളതും കൂടി സമരത്തിന്റെ പ്രധാനാവശ്യമായി.

റസാക്കർമാർ അഴിച്ചുവിട്ട ഭീകരത നേരിടാൻ സമരകാലത്ത് ഗ്രാമ തലം മുതൽ ജില്ലാതലംവരെ ഗറില്ലാ സ്ക്വാഡുകൾ രൂപീകരിക്കപ്പെട്ടു. 30 ലക്ഷംജനങ്ങൾ അധിവസിക്കുന്നതും 16,000ചതുരശ്രമൈൽ വിസ്തീർണം വരുന്നതുമായ 3000 ഗ്രാമങ്ങൾ മോചിപ്പിക്കപ്പെട്ടു. അവ ഗ്രാമരാജിനുകീഴിൽകൊണ്ടുവന്നു. ഈപ്രദേശങ്ങൾക്ക് 2000 ഗറില്ലാ സ്ക്വാഡുകളും 10,000 അംഗങ്ങളടങ്ങിയ ജനകീയസേനയും കാവൽനി ന്നു.10ലക്ഷത്തോളം ഏക്കർഭൂമി ഭൂരഹിതർക്കിടയിൽ വിതരണം ചെയ്തു.

തിരുവിതാംകൂറിലും ഒറീസയിലും പഞ്ചാബിലുംപെട്ട നാട്ടുരാജ്യ ങ്ങളിലും മറ്റും കമ്യൂണിസ്റ്റുപാർട്ടിയുടെ നേതൃത്വത്തിൽ സമരങ്ങൾ നടന്നു.

ഇങ്ങനെ ബഹുമുഖസമരങ്ങൾ ഇരമ്പിക്കയറിയപ്പോൾ തങ്ങൾ ഇന്ത്യ വിടണമെന്ന ദേശീയാവശ്യം നിഷേധിച്ചുകൊണ്ട് അധികനാൾ അധികാരത്തിൽ തുടരാൻ സാധ്യമല്ലെന്ന് ബ്രിട്ടീഷ് ഗവൺമെന്റിന് ബോധ്യമായി. നാവികകലാപം തുടങ്ങിയതിന്റെ പിറ്റേദിവസം തന്നെ ക്യാ ബിനറ്റ് മിഷനെഇന്ത്യയിലേക്ക്അയക്കുന്നതാണെന്ന്ഹൗസ് ഓഫ് കോമൺസിൽ ബ്രിട്ടീഷ് പ്രധാനമന്ത്രി പ്രഖ്യാപിച്ചു.

ബഹുജനമുന്നേറ്റംതടഞ്ഞുനിർത്തുന്നതിന്ഭരണാധികാരംഇന്ത്യ ക്കാരുടെ കരങ്ങളിലേക്ക്പകർന്നുകൊടുക്കാൻശ്രമിക്കുന്നുവെന്ന പ്രതീതി ഒരു വശത്ത് ജനിപ്പിക്കുമ്പോൾ തന്നെ, മറുവശത്ത് ഹിന്ദു– മുസ്ലീം വഴക്ക് മൂർച്ഛിപ്പിച്ച് വർഗീയകലാപങ്ങൾക്ക് കളമൊരുക്കുകയെന്ന ഗൂഢതന്ത്രം സാമ്രാജ്യത്വമേധാവികളാവിഷ്കരിച്ചു. ഇതിന്റെ ഫലമായി തൊഴിലാ ളികൾ, കൃഷിക്കാർ മുതലായ ദരിദ്രവിഭാഗങ്ങൾക്കിടയിൽപോലും വർഗീ യവികാരം മൂർച്ഛിക്കാനും അവരിൽ വർഗബോധം കുറഞ്ഞവർ ലഹളക ളിൽ സജീവപങ്കാളികളാകാനും തുടങ്ങി. എങ്കിലും തൊഴിലാളിസമര ങ്ങൾക്കോ കർഷകപ്രക്ഷോഭങ്ങൾക്കോ യാതൊരു കുറവുമുണ്ടായില്ല. അവ ബ്രിട്ടീഷ് ഭരണത്തെ പിടിച്ചുകുലുക്കിക്കൊണ്ടിരുന്നു.

ഈ പ്രക്ഷോഭസമരങ്ങൾ ഒരു പൊതുകലാപമായി വളരാനുള്ള സാധ്യത കൂടിവന്നു. ഈ പരിതഃസ്ഥിതിയിൽ ഭരണം തുടർന്നുകൊണ്ടു

പോകാൻ സാധ്യമല്ലെന്ന് ബ്രിട്ടൻ മനസ്സിലാക്കി. ഒരു പൊതുദേശീയക ലാപം വളർന്നുവന്നാൽ തങ്ങളുടെ ഭരണം അവസാനിക്കുക മാത്രമല്ല, ആ കലാപത്തോടുകൂടിയുണ്ടാകുന്ന ഭരണമാറ്റം സാമ്രാജ്യത്വതാൽപര ങ്ങളെ നിശ്ശേഷം തുടച്ചുമാറ്റുകകൂടി ചെയ്യുമെന്ന് ബ്രിട്ടന് കാണാൻ കഴിഞ്ഞു. അതിന്റെ ഫലമായി തങ്ങളുടെതാൽപ്പര്യം പരമാവധി സംര ക്ഷിക്കാൻ പറ്റിയതരത്തിൽ ഭരണമാറ്റം വരുത്തണമെന്ന് ബ്രിട്ടൻ നിശ്ച യിച്ചു.

രണ്ടാം ലോകമഹായുദ്ധത്തെത്തുടർന്നുളവായ ജനകീയമുന്നേറ്റം ഇന്ത്യൻ നാഷണൽകോൺഗ്രസ് ആഗ്രഹിക്കുന്ന തരത്തിലായിരുന്നില്ല. അവർ ആ മുന്നേറ്റത്തിൽ പങ്കാളികളാകാൻ തയ്യാറായില്ലെന്നുമാത്രമല്ല, അതിനെ എതിർക്കാനും മുമ്പോട്ടുവന്നു. നാവിക കലാപത്തിനെതിരെ അവർ പരസ്യമായനിലപാടെടുത്തുവെന്ന് നേരത്തെ സൂചിപ്പിച്ചു. അതു മാത്രമല്ല, ബ്രിട്ടീഷുഭരണത്തിനെതിരെ ഈ കലാപമുൾപ്പെടെ ബഹുജ നസമരങ്ങൾ വളർന്നുവന്നാൽ, അതൊരു പൊതുകലാപമായി മാറിയേ ക്കുമെന്ന് അവർ ഭയപ്പെട്ടു. അങ്ങനെയായാൽ അതിന്റെനേതൃത്വം തങ്ങ ളുടെ കൈകളിൽനിന്ന് വഴുതിപ്പോയേക്കുമെന്ന് അവർ മുൻകൂട്ടിക്കണ്ടു. ഈ സാഹചര്യത്തിൽ ഒരു പൊതുദേശീയകലാപമായി വളരത്തക്കവിധം ഉയർന്നുവന്ന സമരവേലിയേറ്റത്തെ നേരിട്ടുകൊണ്ട് ഭരണം തുടർന്നുന ടത്താൻ സാധ്യമല്ലെന്ന് മനസ്സിലാക്കിയ ബ്രിട്ടീഷ് സാമ്രാജ്യത്വ വാദി കൾ ഒരു ഭാഗത്തും സാമ്രാജ്യത്വവിരുദ്ധ ബഹുജനപ്രസ്ഥാനത്തിന്റെ നേതൃത്വം തങ്ങളിൽനിന്ന് വഴുതിപ്പോയേക്കുമെന്ന് ഭയപ്പെട്ട നാഷണൽ കോൺഗ്രസ്നേതാക്കൾ മറുഭാഗത്തും നിന്നുകൊണ്ടുണ്ടാക്കിയ ഒത്തു തീർപ്പിന്റെ ഫലമായി 1947 ആഗസ്ത് 15 ന് ഇന്ത്യക്ക് സ്വാതന്ത്ര്യം കിട്ടി.

ഇപ്രകാരം സ്വാതന്ത്ര്യം നേടിയെടുക്കുന്നതിനുള്ള ഇന്ത്യയുടെ സമ രത്തിൽ കമ്യൂണിസ്റ്റ് പാർട്ടി വഹിച്ച പങ്കിനെയും സഹിച്ച ത്യാഗങ്ങളെയും ഇകഴ്ത്തിക്കാണിക്കാൻ സ്വാതന്ത്ര്യത്തിനുമുമ്പും സ്വാതന്ത്ര്യത്തിന് ശേഷവും നിരന്തരം ശ്രമംനടന്നു. ആണവകരാറിനെക്കുറിച്ചുള്ള ചർച്ച ക്കിടയിൽപോലും നടന്നു അത്തരമൊരു ശ്രമം. അതിനാൽ സ്വാതന്ത്ര്യ സമരത്തിൽ കമ്യൂണിസ്റ്റുപാർട്ടിയുടെ സംഭാവന സംക്ഷിപ്തമായും അക്ക മിട്ടും പ്രതിപാദിച്ചുകൊണ്ട് ഈ അധ്യായം ഉപസംഹരിക്കാം.

(1) ഇന്ത്യയിൽ ആദ്യമായി പൂർണസ്വാതന്ത്ര്യം എന്ന മുദ്രാവാക്യം മുഴക്കിയത് കമ്യൂണിസ്റ്റുകാർ. ഇന്ത്യൻനാഷണൽ കോൺഗ്രസിന്റെ അഹ മ്മദാബാദ് സമ്മേളന (1921)ത്തിൽ കോൺഗ്രസ് അതിന്റെ ലക്ഷ്യം പൂർണസ്വാതന്ത്ര്യമായി പ്രഖ്യാപിക്കണമെന്ന് ആവശ്യപ്പെടുന്ന പ്രമേയം കമ്യൂണിസ്റ്റുകാർ അവതരിപ്പിച്ചു. കോൺഗ്രസ് പുത്രികാപദവിക്ക് വാദി ച്ചുകൊണ്ടിരുന്നു കാലമായിരുന്ന അതെന്നോർക്കണം. ആ പ്രമേയം അവ തരിപ്പിച്ചപ്പോൾഅത് നിരുത്തരവാദപരമായാണ്അവതരിപ്പിച്ചതെന്നും അതിലെ ആവശ്യം ബാലിശമാണെന്നും പറഞ്ഞ് ഗാന്ധിജി അതിനെ തള്ളിക്കളഞ്ഞു.1929 ൽ കോൺഗ്രസിന്റെ ലാഹോർ സമ്മേളനം അംഗീ

കരിക്കുന്നതുവരെ കമ്യൂണിസ്റ്റുകാർ ഈ ആവശ്യത്തിനുവേണ്ടിയുള്ള സമരം തുടർന്നു. ലാഹോർ സമ്മേളനത്തിനുതൊട്ടുമുമ്പ് മീറത് ഗൂഢാ ലോചനക്കേസിലെപ്രതികളെ കാണാനും പൂർണസ്വാതന്ത്ര്യം കോൺഗ്രസ് അതിന്റെ ലക്ഷ്യമാക്കാൻ തീരുമാനിച്ചിരിക്കുന്നുവെന്നുപ റയാനുമായി ഗാന്ധിജി മീറത് ജയിൽ സന്ദർശിച്ചിരുന്നുവെന്നത് അർഥ വത്താണ്. തടവുകാരുമായുള്ള സംഭാഷണത്തിനിടയിൽ അദ്ദേഹം ചോദി ച്ചു. "ഇപ്പോൾ നിങ്ങൾക്ക് എന്നെപ്പറ്റി പരാതിയൊന്നും ഇല്ലല്ലോ."

(2) നമ്മുടെ സ്വാതന്ത്ര്യസമരത്തെ ആഗോളവ്യാപകമായി സാമ്രാ ജ്യത്വത്തിനെതിരെ നടക്കുന്ന സമരവുമായി കണ്ണിചേർക്കാൻ ശ്രമിച്ചത് കമ്യൂണിസ്റ്റുകാർ. മുപ്പതുകളോടുകൂടി കോൺഗ്രസിനുതന്നെ ഇത് അംഗീകരിക്കേണ്ടിവന്നു. കോൺഗ്രസിന്റെ പ്രവർത്തകസമിതി യോഗ ങ്ങളിലും എ ഐ സി സി വാർഷികസമ്മേളനങ്ങളിലും സാർവദേശീയ സ്ഥിതിഗതികളെക്കുറിച്ച് സാമ്രാജ്യത്വത്തെ അധിക്ഷേപിച്ചും ദേശീയ സമ രങ്ങളോട് ഐക്യദാർഢ്യം പ്രകടിപ്പിച്ചും പ്രമേയങ്ങൾ അംഗീകരിക്കുക പതിവായി.

(3) സ്വാതന്ത്ര്യസമരത്തിൽ വിവിധജനവിഭാഗങ്ങളെ അണിനിരത്തു കയെന്ന ലക്ഷ്യത്തോടെ അഖിലേന്ത്യാ കിസാൻസഭ, അഖിലേന്ത്യാ വിദ്യാർഥി ഫെഡറേഷൻ തുടങ്ങിയ ബഹുജനസംഘടനകൾ രൂപീകരി ക്കാൻ മുൻകൈയെടുത്തു. തൊഴിലാളിവർഗ പ്രസ്ഥാനത്തെ വിപ്ലവകര മായ പുതിയൊരു പാതയിലേക്ക് തിരിച്ചുവിട്ടതും അവർ തന്നെ. തൊഴി ലാളികളുടെയും കൃഷിക്കാരുടെയും സമരങ്ങൾക്ക് അവർ പുതിയൊരു ചായ്‌വ് നൽകുകയും അവയെ സ്വാതന്ത്ര്യത്തിനുവേണ്ടിയുള്ള പോരാട്ട വുമായി ഉദ്ഗ്രഥിക്കുകയും ചെയ്തു.

(4) ദേശീയവിപ്ലവപ്രസ്ഥാനത്തിലെ വലിയ വിഭാഗങ്ങളെ ആ പ്രസ്ഥാനത്തിന്റെ പാത ഉപേക്ഷിച്ച് ബഹുജന സമരങ്ങളുടേതായ പാത യിലേക്ക് കൊണ്ടുവന്നു. അവരിൽ ഏറിയകൂറും കമ്യൂണിസ്റ്റുകാരായി ത്തീർന്നത് സ്വാഭാവികം.

(5) നാട്ടുരാജാക്കന്മാരുടെ ഏകാധിപത്യ വാഴ്ച്ചയ്ക്കെതിരെ നാട്ടു രാജ്യങ്ങളിൽ സായുധബഹുജനസമരം സംഘടിപ്പിച്ചു. ഉദാഹരണം, തെ ലങ്കാനാസമരം. ഇങ്ങനെ സ്വാതന്ത്ര്യസമരത്തിന് വമ്പിച്ച സംഭാവന നൽ കിയ കമ്യൂണിസ്റ്റുപാർട്ടിക്ക് ചില ഘട്ടങ്ങളിൽ ചിലതെറ്റുകൾ സംഭവിച്ചി ട്ടുണ്ട്.ഒരു മാർക്സിസ്റ്റ്– ലെനിനിസ്റ്റ് പാർട്ടിക്ക് അനുയോജ്യമാംവിധം അവ യെ പരസ്യമായും ധൈര്യമായും വിമർശിച്ചിട്ടുമുണ്ട്.എന്നാൽ അവയെ യൊക്കെ നിഷ്പ്രഭമാക്കുന്നതാണ്സ്വാതന്ത്ര്യസമരത്തിന്പാർട്ടിനൽകിയ സംഭാവന. തീർച്ചയായും‌അഭിമാനിക്കാൻ വക നൽകുന്ന സംഭാവന.

9

വെടിയുണ്ടകളെ തോൽപ്പിച്ച വിപ്ലവപ്രസ്ഥാനം

ഇന്ത്യക്ക് രാഷ്ട്രീയസ്വാതന്ത്ര്യം കിട്ടിയപ്പോൾ സാമ്രാജ്യത്വവിരു ദ്ധസമരത്തിന്റെ വിജയാഹ്ലാദപ്രകടനങ്ങളിൽ കമ്യൂണിസ്റ്റ്പാർട്ടി പങ്കു ചേർന്നു. എങ്കിലും താമസിയാതെ അധികാരകൈമാറ്റത്തിന്റെ പ്രധാന്യം വിലയിരുത്തുന്നതിൽ പാർട്ടിക്കകത്ത് അഭിപ്രായവ്യത്യാസം. ദേശീയ സ്വാതന്ത്ര്യം ഒരു യഥാർഥ്യമായി. ഈ സാഹചര്യത്തിൽ അതുപയോ ഗിച്ച് ജനങ്ങളുടെ ആവശ്യം നേടിയെടുക്കാൻ കഴിയുന്നത്ര ശ്രമിക്കണം. ഇതായിരുന്നു ഒരു അഭിപ്രായം.കിട്ടിയ സ്വാതന്ത്ര്യം യഥാർഥ്യമല്ല. ഔദ്യോ ഗികമായി ഭരണം വിട്ടൊഴിഞ്ഞ ബ്രിട്ടീഷ് സാമ്രാജ്യവാദികൾ ഇന്ത്യയിലെ ഫ്യൂഡൽപ്രഭുക്കളുടെയും മുതലാളിമാരുടെയും സഹായസഹകരണങ്ങ

പുന്നപ്ര–വയലാർ സമരസേനാനികൾ ജയിൽ വിമുക്തരായപ്പോൾ

രണ്ടാം പാർട്ടി കോൺഗ്രസ്സിന്റെ പ്രവേശന
കവാടം

ളോടെ പരോക്ഷമായി ഭര ണത്തിൽ തുടരുകയാണ്– മറ്റൊരു വിഭാഗം അഭിപ്രായ പ്പെട്ടു. അതുകൊണ്ട് പുതിയ ഭരണാധികാരികൾക്കെ തിരെ ഇന്ത്യൻ ജനസാമാ ന്യത്തെ സംഘടിപ്പിക്കണം. ഈ കാഴ്ചപ്പാടോടെ ഒരു വിപ്ലവശക്തിയായി പാർട്ടി പ്രവർത്തിക്കണം–ഈ വിഭാ ഗം നിർദേശിച്ചു.

ഈ രണ്ട് ആശയഗതി കൾ തമ്മിൽ ഏതാനും ആഴ്ച നടന്നസമരത്തിന്റെ തുടർച്ചയായാണ് 1948 ഫെ ബ്രുവരി 28 മുതൽ മാർച്ച് 6 വരെ കൽക്കത്തയിൽപാർട്ടി യുടെ രണ്ടാംകോൺഗ്രസ് നടന്നത്.ആകോൺഗ്രസ് പാർട്ടിയുടെ നയം മാത്രമല്ല, നേതൃത്വവും മാറ്റി. പുതിയ നയം വ്യക്തമാക്കുന്ന രാഷ്ട്രീയ രേഖയും പഴയതിനെ വിമർശിക്കുന്ന ഒരു റിപ്പോർട്ടും അംഗീകരിച്ചു. തൊഴിലാളിവർഗപാർട്ടിയുടെ സ്വതന്ത്രനിലപാടുപേക്ഷിച്ച് ബൂർഷ്വാ നേ തൃത്വത്തിന്റെ വാലായിത്തീരാനുള്ള പ്രവണതയാണ് മുൻനേതൃത്വം പ്രക ടിപ്പിച്ചതെന്ന് കോൺഗ്രസ് ആരോപിച്ചു. ഇതുപേക്ഷിച്ച് തൊഴിലാളിവർഗ ത്തിന്റെ വിപ്ലവസമീപനത്തോടുകൂടിയ പുതിയ കാഴ്ചപ്പാട് കോൺഗ്രസ് അംഗീകരിച്ചു. സ്വയംവിമർശനത്തിന്റെ അടിസ്ഥാനത്തിൽ അംഗീകരിച്ച രാഷ്ട്രീയനയം കോൺഗ്രസിനെ അധികാര സ്ഥാനത്തുനിന്ന് മാറ്റാനും സായുധസമരം സംഘടിപ്പിക്കാനും ആഹ്വാനം നൽകി.

പാർട്ടി കോൺഗ്രസിന് തിരശീലവീഴേണ്ട താമസം ഗവൺമെന്റ് പാർട്ടിക്കെതിരെ ആഞ്ഞടിച്ചു. പാർട്ടിയെയും ട്രേഡ് യൂണിയനുകളെയും പല ബഹുജനസംഘടനകളെയും നിരോധിച്ചു. പൊതുസുരക്ഷിതത്വനി യമം കൊണ്ടുവന്ന് ആയിരക്കണക്കിന് പാർട്ടിനേതാക്കളെയും പ്രവർത്ത കരെയും തടവറകളിലേക്ക് തള്ളി. ഒട്ടേറെപ്പേർ ഒളിവിൽപോകാൻ നിർബ ന്ധിതരായി. പാർട്ടിപത്രങ്ങൾ പ്രസിദ്ധീകരിക്കാൻ കഴിയാതായി.

രണ്ടാം കോൺഗ്രസ് നയം നടപ്പാക്കിത്തുടങ്ങിയപ്പോൾ പാർ ട്ടിക്കകത്ത് രൂക്ഷമായ അഭിപ്രായവ്യത്യാസം. റഷ്യയിൽ ബോൾഷെവിക് പാർട്ടിയുടെ നേതൃത്വത്തിൽ നടന്നതുപോലെ ഒരു വിപ്ലവം ഇന്ത്യയിൽ സംഘടിപ്പിക്കണമെന്ന കാഴ്ചപ്പാടോടെ തൊഴിലാളി- കർഷക- ബഹു ജനപ്രക്ഷോഭങ്ങൾ സംഘടിപ്പിക്കണമെന്ന് ജനറൽ സെക്രട്ടറി ബി ടി രണദിവെയുടെ നേതൃത്വത്തിലുള്ള പൊളിറ്റ്ബ്യൂറോ വാദിച്ചു. നേരെമ

റിച്ച ചൈനീസ് മാതൃകയിൽ നാട്ടിൻപുറങ്ങളിലെ പട്ടിണിപ്പാവങ്ങളെ സംഘടിപ്പിച്ച് സായുധഗറില്ലാ സൈന്യമാക്കി ഉയർത്തുന്നതാണ് ഇന്ത്യ യിലെ മൂർത്ത പരിതഃസ്ഥിതിക്ക് അനുയോജ്യമെന്ന് തെലങ്കാനാസമരം നടത്തുകയായിരുന്ന ആന്ധ്രക്കമ്മിറ്റി വാദിച്ചു.

അങ്ങനെ ഇന്ത്യൻ വിപ്ലവപാതയെ സംബന്ധിച്ച് കടുത്ത ആശയ സമരമായി. ആന്ധ്രക്കമ്മിറ്റിയുടെ അഭിപ്രായം പാർട്ടിയെ ധനികകൃഷി ക്കാരുടെ വാലാക്കിത്തീർക്കുമെന്ന് വിമർശിച്ച പി ബി അതിന്റെ വാദം സ്ഥാപിക്കാൻ ദീർഘമായ രണ്ടു രേഖകൾ പ്രസിദ്ധീകരിക്കുകപോലും ചെയ്തു. ആ രേഖ നിയമവിരുദ്ധമാർഗങ്ങളിലൂടെ മാത്രമല്ല നിയമവിധേ യമായും പ്രസിദ്ധീകരിക്കപ്പെട്ടു.

ഇപ്രകാരം പാർട്ടി നേതൃത്വത്തിനകത്ത് രണ്ടുചിന്താഗതികൾ തമ്മി ലുള്ള രൂക്ഷമായ ഏറ്റുമുട്ടൽ നടന്നുകൊണ്ടിരിക്കുന്നതിനിടയിൽ സാർവ ദേശീയ കമ്യൂണിസ്റ്റ് പ്രസ്ഥാനത്തിന്റെ മുഖപത്രമായ *ഫോർ ലാസ്റ്റിങ്, പീസ് ഫോർ പീപ്പിൾസ് ഡെമോക്രസി* യിൽ ഒരു മുഖപ്രസംഗം. അതിന്റെ വെളിച്ചത്തിൽ സ്ഥിതിഗതികളാകെ ചർച്ചചെയ്യാൻ കേന്ദ്രക്ക മ്മിറ്റിയുടെ സമ്പൂർണയോഗം. യോഗത്തിൽ അത്യന്തരൂക്ഷമായ ചർച്ച. അതിൽ പി ബിക്ക് സ്വന്തം നിലപാട് ന്യായീകരിക്കാൻ കഴിഞ്ഞില്ല. ആന്ധ്രാസഖാക്കളാകട്ടെ, തങ്ങളുടെ നിലപാട് ന്യായീകരിച്ചുകൊണ്ട് ഒരു റിപ്പോർട്ട് അവതരിപ്പിക്കുകയും ചെയ്തു. അതിന്റെ അടിസ്ഥാനത്തിൽ രണ്ടാം കോൺഗ്രസിനുശേഷം നടന്ന പ്രവർത്തനം 'ഇടതുപക്ഷ സെക്ടേ റിയനിസ'ത്തിന്റേതാണെന്ന നിഗമനത്തിൽ കേന്ദ്രക്കമ്മിറ്റി ചെന്നെത്തി. അതിന് ഉത്തരവാദികളെന്ന നിലക്ക് ജനറൽ സെക്രട്ടറി രണദിവെയെ യും മറ്റ് നാല് പൊളിറ്റ്ബ്യൂറോഅംഗങ്ങളെയും സ്ഥാനഭ്രഷ്ടരാക്കി. കുറേ ക്കൂടി ചെറിയ പിബിയും കേന്ദ്രക്കമ്മിറ്റിയും തിരഞ്ഞെടുക്കപ്പെട്ടു. ബി ടി ആറിനുപകരം സി രാജേശ്വരറാവുവിനെ ജനറൽ സെക്രട്ടറിയാക്കി.ഈ പുനഃസംഘടന നടന്നത് 1950 ജൂണിൽ. അതുകൊണ്ട് പുതിയപിബി ക്കുംസി സിക്കും ജൂൺ സിസിയും പിബിയും എന്നപേർ വീണു.

രാജേശ്വരറാവുവിന്റെ നയവും പൊളിറ്റ് ബ്യൂറോയും ഏതാനും മാസമേ നിലനിന്നുള്ളു. അതിനിടയിൽ ജയിൽ വിമുക്തരായ അജ യ്ഘോഷും ഡാങ്കെയും ഘാട്ടെയും രണദിവെയുടെയും രാജേശ്വരറാവു വിന്റെയും നയങ്ങളെ രൂക്ഷമായി വിമർശിച്ചു കൊണ്ട് ഒരു രേഖ തയ്യാ റാക്കി.ആ രേഖ ചർച്ചക്കായി പാർട്ടി അണികളിലാകെ രഹസ്യമായി വിത രണം ചെയ്തു. രണദിവെയുടെ നേതൃത്വമെന്നപോലെ പുതിയ നേതൃ ത്വവും 'സെക്ടേറിയ'നാണെന്ന് മുദ്രകുത്തപ്പെട്ടു.

ഈ സാഹചര്യത്തിലാണ് ഉൾപാർട്ടി പ്രശ്നങ്ങൾ ചർച്ചചെയ്യാൻ സോവിയറ്റ് കമ്യൂണിസ്റ്റ്പാർട്ടി, ഇന്ത്യൻ കമ്യൂണിസ്റ്റ് പാർട്ടിയുടെ ഒരു പ്രതിനിധിസംഘത്തെ മോസ്കോവിലേക്ക് ക്ഷണിച്ചത്. അങ്ങനെ അജ യ്ഘോഷ്, എസ് എ ഡാങ്കെ, എം ബസവപുന്നയ്യ, രാജേശ്വരറാവു എന്നി വരടങ്ങിയ ഒരു പ്രതിനിധിസംഘം അതീവരഹസ്യമായി മോസ്കോവി

ലേക്ക് പോയി. സ്റ്റാലിന്റെ നേതൃത്വത്തിലുള്ള സോവിയറ്റ് പ്രതിനിധി സംഘവുമായി ഇന്ത്യൻപ്രതിനിധിസംഘംചർച്ച നടത്തി. അതിലൂടെ ചില വ്യക്തമായ നിഗമനങ്ങളിൽ രണ്ട് പ്രതിനിധിസംഘങ്ങളും ചെന്നെത്തി. അതിനെ അടിസ്ഥാനമാക്കി ഒരു കരട് പരിപാടിയും നയപ്രഖ്യാപനരേ ഖയും അംഗീകരിച്ചു. ഇന്ത്യൻ പ്രതിനിധിസംഘം രാജ്യത്ത് മടങ്ങിയെ ത്തിയാലുടനെ ഒരു പ്രത്യേക സമ്മേളനം വിളിച്ചുകൂട്ടി രണ്ടുരേഖകളും അംഗീകരിക്കണമെന്ന ധാരണയായി.

അങ്ങനെ പ്രതിനിധിസംഘം തിരിച്ചുവന്നതിനുശേഷം 1951 ഏപ്രിലിൽ പൊളിറ്റ്ബ്യൂറോ യോഗം ചേർന്നു. കരടുപരിപാടിയും നയ പ്രഖ്യാപനവും രാജ്യവ്യാപകമായി ഉൾപാർട്ടിചർച്ചക്ക് വിധേയമാക്കണ മെന്നും തുടർന്ന് ഒക്ടോബറിൽ ഒരു വിശേഷാൽ സമ്മേളനം വിളിച്ചു കൂട്ടി അവ അംഗീകരിക്കണമെന്നും യോഗംതീരുമാനിച്ചു. വിശേഷാൽ സമ്മേളനത്തിൽ കേന്ദ്രക്കമ്മിറ്റി പുനഃസംഘടിപ്പിക്കണമെന്നും തീരുമാ നമായി. ഒന്നാം പൊതു തിരഞ്ഞെടുപ്പിൽ പാർട്ടി പങ്കെടുക്കണമെന്നും നിശ്ചയിച്ചു.

വിപുലമായ തോതിൽ നടന്ന ഉൾപാർട്ടി ചർച്ചകൾക്കുശേഷം 1951 ഒക്ടോബറിൽ കൽക്കത്തയിലെ ടോളിഗഞ്ചിൽ പാർട്ടിയുടെ വിശേഷാൽ സമ്മേളനം. ഇന്ത്യയുടെ നാനാഭാഗങ്ങളിൽ നിന്നായി 122 പ്രതിനിധികൾ അതിൽ സംബന്ധിച്ചു.കേരളത്തിൽ നിന്ന് ഇ എം എസിനു പുറമേ കെ സി ജോർജ്, എൻ സി ശേഖർ, എം എൻ ഗോവിന്ദൻനായർ, സി അച്യു തമേനോൻ, എൻ ഇ ബാലറാംതുടങ്ങിയവർ അതിൽപങ്കെടുത്തു.കാര്യ മായ മാറ്റമൊന്നും വരുത്താതെ കരടുപരിപാടി വിശേഷാൽ സമ്മേളനം അംഗീകരിച്ചു അജയ്ഘോഷ് ജനറൽ സെക്രട്ടറിയായി പുതിയ നേതൃ ത്വത്തെ സമ്മേളനം തിരഞ്ഞെടുത്തു.

1948 ലും തുടർന്നും പാർട്ടി നേതൃത്വത്തിൽ പ്രകടമായ അഭിപ്രായ ഭേദം അങ്ങനെ വിശേഷാൽ സമ്മേളനത്തോടെ പരിഹരിക്കപ്പെട്ടു. ഈ സമ്മേളനത്തോടെ മറ്റെന്തൊക്കെയാണ് സംഭവിച്ചത്.? ഇ എം എസ് പറ യട്ടെ:

1947 ആഗസ്ത് 15 ന് കിട്ടിയ സ്വാതന്ത്ര്യം കപടമാണെന്ന ഇടതുപക്ഷ സമീപനം തിരസ്കരിക്കപ്പെട്ടതോടൊപ്പം സ്വാതന്ത്ര്യ ത്തിന്റെ ഗുണഭോക്താക്കൾ ബൂർഷ്വാ– ഫ്യൂഡൽ പ്രമാണിമാരാ ണെന്ന സത്യം കൂടി ചൂണ്ടിക്കാണിക്കപ്പെട്ടു.

ഭരണകക്ഷിയായി മാറിയ കോൺഗ്രസിനെതിരെ ജനങ്ങളെ സംഘടിപ്പിക്കാനുള്ള ശ്രമം തുടരണമെന്നും അതിനുള്ള മാർഗ ങ്ങളുടെ കൂട്ടത്തിൽ പാർലമെന്ററി പ്രവർത്തനം ഉൾപ്പെടുത്തണ മെന്നും അംഗീകരിക്കപ്പെട്ടു. അതേ അവസരത്തിൽ പാർലമെന്ററി പ്രവർത്തനത്തിലൂടെ മാത്രം സോഷ്യലിസത്തിലേക്ക് നീങ്ങുക യെന്ന ഡെമോക്രാറ്റിക് ധാരണ തിരസ്കരിക്കപ്പെട്ടു. വിപ്ലവകര മായ മാർഗത്തിലൂടെ അധികാരത്തിലെത്താൻ ജനങ്ങളെ സന്ന

ദ്ധരാക്കുന്നതിനുള്ള മാർഗങ്ങളിലൊന്നാണ് പാർലമെന്ററി പ്രവർത്തനമെന്ന ലെനിനിസ്റ്റ് സിദ്ധാന്തത്തിന് ഊന്നൽ നൽകി ക്കൊണ്ടുള്ള സമീപനമംഗീകരിക്കപ്പെട്ടു. ഈ പ്രവർത്തനം ഫല പ്രദമായി നടത്തുന്നതിന് കമ്യൂണിസ്റ്റ് പാർട്ടിക്കകത്തെ ഐക്യം പുനഃസ്ഥാപിക്കണമെന്നും നടപടിക്കുവിധേയരായ പി സി ജോഷി, ബി ടി രണദിവെ പി ബി മെമ്പർമാർ എന്നിവരെ തിരിച്ചെടുക്കണ മെന്നും തീരുമാനിക്കപ്പെട്ടു.

പുതിയ സാഹചര്യത്തിൽ പാർട്ടി ഒരു ബഹുജനപ്പാർട്ടിയായി മാറണമെന്നും പാർട്ടിമെമ്പർമാരുടെ പ്രവർത്തനം അച്ചടക്കപൂർണ മാകണമെന്നും നിശ്ചയിക്കപ്പെട്ടു. പുതിയ വിപ്ലവസമരതന്ത്രം, പുതിയ അടവുകൾ എന്നിവയോടൊപ്പം പുതിയ പാർട്ടി സംഘ ടനാ രീതിയും അംഗീകരിക്കണമെന്ന് തീരുമാനിക്കപ്പെട്ടു. *(ഇന്ത്യൻ കമ്യൂണിസ്റ്റ് പ്രസ്ഥാനം 1920– 1998)*

ഈ വിശേഷാൽ സമ്മേളനം കഴിഞ്ഞതിനുശേഷം പാർട്ടിയുടെമേ ലുള്ള നിരോധനം ഗവൺമെന്റ് പിൻവലിച്ചു. 1948 മുതൽ നിരോധനം പിൻവലിക്കുന്നതുവരെ പാർട്ടിക്കെതിരെ കടുത്ത അടിച്ചമർത്തലാണ് നട ന്നത്. 1948 നും 1951 നുമിടയിൽ ഇന്ത്യയിൽ 1982 വെടിവെയ്പുകൾ നട ന്നു. അവയിൽ 3784 പേർ കൊല്ലപ്പെട്ടു. പതിനായിരം പേർക്ക് മുറിവേറ്റു. അമ്പതിനായിരം പേർ കാരാഗൃഹത്തിലായി. 82 പേർ ജയിലിലെ വെടി വെയ്പിലും മർദനത്തിലും കൊല്ലപ്പെട്ടു.

തിരഞ്ഞെടുപ്പ് പോരാട്ടത്തിൽ പാർട്ടി ആണ്ടിറങ്ങി. നിരോധനം പിൻവലിക്കപ്പെട്ടെങ്കിലും ഒളിവിൽകഴിയുന്ന ചില നേതാക്കളുടെ വാറണ്ട് പിൻവലിച്ചിരുന്നില്ല. ഇ എം എസ്, ദശരഥ് ദേവ് തുടങ്ങിയ ചില നേതാ ക്കൾ ഒളിവിലിരുന്നുകൊണ്ടാണ് തിരഞ്ഞെടുപ്പിൽ മത്സരിച്ചത്.

തിരഞ്ഞെടുപ്പ്ഫലം കോൺഗ്രസിനെ ഞെട്ടിച്ചു.അതിന് കിട്ടിയത് പോൾ ചെയ്ത വോട്ടിന്റെ 42 ശതമാനം മാത്രം. മൃഗീയമായ അടിച്ച മർത്തലിന്റെ ഫലമായി തകർന്നുപോയി എന്ന് കോൺഗ്രസും മറ്റും കണ ക്കുകൂട്ടിയ കമ്യൂണിസ്റ്റ് പാർട്ടി പാർലമെന്റിലെ ഏറ്റവും വലിയ പ്രതി പക്ഷ ഗ്രൂപ്പായി ഉയർന്നു. പാർലമെന്റിൽ കമ്യൂണിസ്റ്റ് പാർട്ടിക്ക് കിട്ടിയ സീറ്റ് 31. അതിൽ 17 എണ്ണവും ആന്ധ്രയിൽ നിന്ന്.പല സമരഭൂമികളി ലും പാർട്ടിക്ക് നല്ല വിജയമുണ്ടായി. തെലങ്കാനാപ്രദേശത്തെ വിജയം ശ്രദ്ധേയം.ചിലപ്രവിശ്യകളിൽ കിട്ടിയസീറ്റുകളുടെ എണ്ണംനോക്കുക.

	കമ്യൂണിസ്റ്റുപാർട്ടി	കോൺഗ്രസ്
ഹൈദരാബാദ്	45	93
തിരു–കൊച്ചി	37	44
മദിരാശി സംസ്ഥാനം	62	152
പശ്ചിമബംഗാൾ	30	150
ത്രിപുര	19	9

ഈ തിരഞ്ഞെടുപ്പോടെ കമ്യൂണിസ്റ്റുകാർ വർഗസമരം പാർലമെന്റി ലേക്ക് വ്യാപിച്ചു. രാജ്യത്തിനകത്തും പുറത്തും പാർട്ടിക്ക് ആന്തസും അംഗീ കാരവുമായി. ജനകീയ ജനാധിപത്യവിപ്ലവപരിപാടിയുടെ ആദ്യവിജയ മായി തിരഞ്ഞെടുപ്പുവിജയത്തെ അജയ്ഘോഷ് വിലയിരുത്തി. ഇപ്രകാരം പാർട്ടി ഒരുഭാഗത്ത് പാർലമെന്ററിവേദി ഉപയേഗിച്ചപ്പോൾ മറ്റൊരുഭാഗത്ത് ബഹുജനസമരങ്ങൾ വളർത്തിയെടുത്തു. അതിനിടയിലാണ് 1953 അവ സാനവും 1954 ആദ്യവുമായി പാർട്ടിയുടെ മൂന്നാം കോൺഗ്രസ് മധുരയിൽ നടന്നത്. ആ കോൺഗ്രസ് നടക്കുമ്പോൾ പാർട്ടിയിലെ അംഗസംഖ്യ 75,000.

മധുര കോൺഗ്രസിനിടയിൽ വൈദേശികരംഗത്ത് ചിലപ്രധാനപ്പെട്ട സംഭവങ്ങളുണ്ടായി. 1949ലെ ചൈനീസ് വിപ്ലവവിജയത്തോടെ സോഷ്യ ലിസ്റ്റ് ചേരി കുറേക്കൂടി ശക്തിപ്പെട്ടു. 1950 കൾ ആരംഭിക്കുന്നതിന് മുമ്പു തന്നെ സോവിയറ്റ് യൂണിയൻ അമേരിക്കയുടെ ആണവായുധകുത്തക തകർത്തത്, കൊറിയൻ യുദ്ധത്തിൽ അമേരിക്കക്കും ദക്ഷിണ കൊറിയ യിലെ പാവഗവൺമെന്റിനും തിരിച്ചടി കിട്ടിയത്- ഇവയെല്ലാം ഇന്ത്യാഗ വൺമെന്റിനെ സോഷ്യലിസ്റ്റ്ചേരിയു മായി അടുപ്പിച്ചു. ഈ സാഹചര്യത്തി ലാണ് 1954-ലെ ജനീവകരാറിന്റെ അധ ൃക്ഷസ്ഥാനം വഹിക്കുന്നതിനും ജന കീയചൈനയുമായി ചേർന്ന് പഞ്ചശീല തത്വങ്ങൾ ഒപ്പിടുന്നതിനും ഇന്ത്യ തയ്യാ റായത്. ചേരിചേരാനയം ഇന്ത്യയുടെ വിദേശനയത്തിന്റെ ആണിക്കല്ലായി.

ഇപ്രകാരം വിദേശനയത്തിൽ വന്ന മാറ്റത്തിന്റെ അടിസ്ഥാനത്തിൽ കോൺ ഗ്രസിനോടുള്ള നയസമീപനത്തിൽ കാര്യമായ മാറ്റം വരുത്തണമെന്ന അഭി പ്രായം പാർട്ടിക്കകത്ത് പൊന്തിവന്നു. വിദേശനയരംഗത്ത് പുരോഗമനനിലപാ ടെടുത്ത ഗവൺമെന്റ് ക്രമേണ ആഭ്യ

അജയ്ഘോഷ്, ഹാരിപോളിറ്റ്

ന്തരനയത്തിന്റെ കാര്യത്തിലും പുരോഗമനനിലപാടെടുക്കുമെന്ന് വാദി ക്കപ്പെട്ടു. മൂന്നാം കോൺഗ്രസിന് മുന്നോടിയായി വിവിധതലങ്ങളിൽ നടന്ന സമ്മേളനങ്ങളിൽ ഇതൊരു വിവാദപ്രശ്നമായി. മൂന്നാം കോൺഗ്രസി ലുമുയർന്നു ഈ പ്രശ്നം.പാർട്ടി കോൺഗ്രസ് എന്ത് നിലപാടാണെടു ത്ത്.? ഇ എം എസ് എഴുതി:

പ്രതിനിധികളിൽ ഭൂരിപക്ഷം കോൺഗ്രസിനെ എതിർക്കുന്ന പ്രതിപക്ഷമായി പാർട്ടി പ്രവർത്തിക്കണമെന്ന നിലപാടിനോട് യോജിച്ചു. പക്ഷെ പ്രതിനിധികളിൽ ഒരു ചെറുന്യൂനപക്ഷം വിദേ ശനയസംബന്ധമായി മാറ്റം വന്നസ്ഥിതിക്ക് കോൺഗ്രസിനോട് പാർട്ടി എടുക്കുന്ന പൊതുസമീപനത്തിൽ തന്നെ മാറ്റം വരുത്ത ണമെന്ന് വാദിച്ചു. *(സോഷ്യലിസത്തിലേക്കുള്ള ഇന്ത്യൻ പാത)*

വാസ്തവത്തിൽ കോൺഗ്രസിൽ സൗഹാർദപ്രതിനിധിയായി പങ്കെ ടുത്ത ബ്രിട്ടീഷ് കമ്മ്യൂണിസ്റ്റുപാർട്ടി നേതാവ് ഹാരിപോളിറ്റും ഇന്ത്യൻ പാർട്ടി അതിന്റെ നയത്തിൽ മാറ്റം വരുത്തണമെന്ന അഭിപ്രായക്കാരനാ യിരുന്നു. വിദേശനയരംഗത്ത് പുരോഗമനപരമായ നിലാപടെടുക്കുന്ന നെഹ്റു ഗവൺമെന്റിനെ ആഭ്യന്തരരംഗത്ത് ഒരു പുരോഗമനശക്തിയായി കാണണമെന്ന നിലപാട് അദ്ദേഹം ശരിവെച്ചു. അദ്ദേഹത്തിന്റെ അഭിപ്രായം കൂടി അവഗണിച്ചാണ് മൂന്നാം കോൺഗ്രസിൽ പങ്കെടുത്ത പ്രതിനിധിക ളിൽ ഭൂരിപക്ഷം കേന്ദ്രകമ്മിറ്റിയുടെ സമീപനത്തെ ശരിവെച്ച ത്.കോൺഗ്രസ് 1951 ലെ വിശേഷാൽ സമ്മേളനം അംഗീകരിച്ച പരിപാ ടിക്ക് അംഗീകാരം നൽകി.

10

റിവിഷനിസത്തിനെതിരായ പോരാട്ടവും സി പി ഐ (എം) രൂപീകരണവും

വിദേശനയ പ്രശ്നത്തിൽ പുരോഗമനപരമായ നിലപാട് എടുത്തു കഴിഞ്ഞാൽ ക്രമേണ ആഭ്യന്തררംഗത്തും പുരോഗമനസ്വഭാവംകാണി ക്കുന്ന സംഘടനയായി കോൺഗ്രസ് മാറുമെന്നായിരുന്നല്ലോ ഇന്ത്യൻ കമ്യൂണിസ്റ്റ് പാർട്ടിയുടെ മൂന്നാംകോൺഗ്രസിൽ ഉയർന്നുവന്ന ഒരു വാദ ഗതി. 1956 ൽ നാലാം കോൺഗ്രസ് ചേരുന്നതിനുമുമ്പ്തന്നെ ആഭ്യന്തര രംഗത്ത് കൂടി കോൺഗ്രസ് പുരോഗമന സ്വഭാവം പ്രകടിപ്പിക്കാൻ തുടങ്ങി എന്നായി ഇക്കൂട്ടരുടെ വാദം. 1956 ലെ വ്യവസായനയത്തിൽ പൊതുമേ ഖലയ്ക്ക് അടിവരയിട്ടതും രണ്ടാം പഞ്ചവത്സരപദ്ധതിയിൽ വ്യാവസാ യിക മേഖലയ്ക്ക് ഊന്നൽ നൽകിയതും സോഷ്യലിസ്റ്റ് രീതിയിലുള്ള സമൂഹം കെട്ടിപ്പടുക്കുകയാണ് തങ്ങളുടെ ലക്ഷ്യമെന്ന് കോൺഗ്രസിന്റെ ആവടി സമ്മേളനം പ്രഖ്യാപിച്ചതും തങ്ങളുടെ വാദം ന്യായീകരിക്കുന്ന തിന് ഉപോൽബലകമായി അവർ ചൂണ്ടിക്കാട്ടി.

സ്വന്തം വർഗതാൽപ്പര്യം സംരക്ഷിക്കാനോ അല്ലെങ്കിൽ ജനങ്ങളെ കബളിപ്പിക്കാനോ ആണ് കോൺഗ്രസ് ഗവൺമെന്റ് ഇങ്ങനെയൊരു നില പാടെടുത്തതെങ്കിലും നെഹ്റുവിന്റെ നേതൃത്വത്തിൽ കോൺഗ്രസ് അതി വേഗം ഇടത്തോട്ടേയ്ക്ക് നീങ്ങുകയാണെന്ന് കമ്യൂണിസ്റ്റ്പാർട്ടിയിലെ വല തുവിഭാഗം വീറോടെവാദിച്ചു. അവർ പറഞ്ഞു: "ദേശീയ ബൂർഷ്വാസി രണ്ടായി പിളർന്നിരിക്കുന്നു. അതിലെ കുത്തകവിഭാഗം സാമ്രാജത്വവു മായും ഫ്യൂഡലിസവുമായും സഹകരിക്കുന്നതിനും കൂട്ടുകൂടുന്നതിനും നിലകൊള്ളുമ്പോൾ കുത്തകേതര വിഭാഗം സാമ്രാജ്യത്വത്തെയും ഫ്യൂ ഡലിസത്തെയും എതിർക്കുന്നു. അതിനാൽ കുത്തക ബൂർഷ്വാസിക്കെ തിരെ കുത്തകേതര ബൂർഷ്വാസിയുമായി സഹകരിക്കുകയാണ് കമ്യൂ ണിസ്റ്റുകാർ ചെയ്യേണ്ടത്."ഈവാദം'കോൺഗ്രസ് – കമ്യൂണിസ്റ്റ് ഐക്യം' 'കമ്യൂണിസ്റ്റ്പാർട്ടിയും കോൺഗ്രസും ചേർന്ന കൂട്ടുകക്ഷി ഗവൺമെന്റ്'

എന്നീ മുദ്രാവാക്യങ്ങൾ ഉയർത്തുന്നേടത്തോളം വരെ പോയി. ഈ നയം ഇങ്ങനെ പച്ചയായി ആദ്യം മുമ്പോട്ടുവെച്ചത് പി സി ജോഷിയുടെ നേതൃ ത്വത്തിൽ യു പി സംസ്ഥാന കമ്മിറ്റിയിലെ 10 അംഗങ്ങൾ. 1954 സെപ്തം ബറിൽ ചേർന്ന കേന്ദ്രക്കമ്മിറ്റിയോഗം ഈ വാദഗതി കൈയോടെ തള്ളി.

കോൺഗ്രസ് – കമ്യൂണിസ്റ്റ് ഐക്യമെന്ന ഈ വാദഗതി തള്ളപ്പെ ട്ടുപോയെങ്കിലും 1955 ലെ ആന്ധ്രാ തിരഞ്ഞെടുപ്പിനുശേഷം അത് ശക്തി യോടെ മുൻപന്തിയിലേക്കുവന്നു.ഈയൊരു പശ്ചാത്തലത്തിലാണ് നാലാം കോൺഗ്രസ് നടന്നത്. സി സി ഒരു കരട്പ്രമേയം അംഗീകരിച്ചു. അത് പാർട്ടിക്കകത്തെ വർഗസഹകരണ പ്രവണതയ്ക്ക് പ്രോൽസാഹനം നൽകുന്നതായിരുന്നു. ഒരു ബദൽരേഖ അവതരിപ്പിച്ചുകൊണ്ട് കേന്ദ്രക്ക മ്മിറ്റിയിലെ ഒരു വിഭാഗം ഇതിനെ വെല്ലുവിളിച്ചു. ഈ രണ്ടു രേഖകളും ചർച്ചക്കായി പാർട്ടിക്കകത്ത് വിതരണം ചെയ്തു.ഇവയെക്കുറിച്ച്അത്യ ന്തം ഗൗരവതരമായ ചർച്ച നടന്നു. അനേകം 'ഫോറങ്ങൾ' പ്രസിദ്ധീക രിക്കപ്പെട്ടു.

ഇപ്രകാരം പാർട്ടി കോൺഗ്രസിനുള്ള തയ്യാറെടുപ്പിന്റെ ഭാഗമായി ഉൾപാർട്ടി ചർച്ച നടന്നുക്കൊണ്ടിരിക്കെ സിപിഎസ് യു വിന്റെ ഇരുപതാം കോൺഗ്രസ്. ആ കോൺഗ്രസിലെ നിഗമനങ്ങൾ സി പി ഐക്കകത്തെ വലതുപക്ഷ പ്രവണതക്ക് ഉത്തേജനം നൽകുന്നതായിരുന്നു. അത് അഭി പ്രായവ്യത്യാസം രൂക്ഷമാകുന്നതിനിടയാക്കി.

നാലാം കോൺഗ്രസിന് തൊട്ടുമുമ്പ് പാർട്ടിക്കകത്ത്നടന്നചർച്ചകൾ ക്രോഡീകരിക്കുന്നതിനായി കേന്ദ്രക്കമ്മിറ്റിയുടെ ഒരുയോഗം. കേന്ദ്രക്ക മ്മിറ്റി അതിന്റെ കരടുപ്രമേയത്തിനകത്ത് ഒട്ടേറെ ദേഭഗതികൾ വരുത്താൻ തയ്യാറായി. ശരിയായ വിപ്ലവതന്ത്രംതന്നെ സി സി അംഗീകരിച്ചു. ഇന്ത്യ യിൽ നടക്കേണ്ടത് ജനകീയ ജനാധിപത്യവിപ്ലവമാണെന്നും ആ ലക്ഷ്യം കൈവരിക്കുന്നതിനുള്ള മുന്നണിയുടെ നേതൃത്വം തൊഴിലാളി വർഗത്തി നായിരിക്കുമെന്നും അസന്ദിഗ്ധമായി വ്യക്തമാക്കാൻ സി സി തയ്യാറാ യി.ഇപ്രകാരം ഭേദഗതി ചെയ്ത പ്രമേയം അംഗീകരിക്കാമെന്ന് ബദൽ പ്രമേയം അവതരിപ്പിച്ചവർ സമ്മതിച്ചു. ഇത് ഭേദഗതിയ്ക്ക് മുമ്പ് സി സി നേതൃത്വം തയ്യാറാക്കിയ പ്രമേയം അംഗീകരിച്ചവരിൽ ചിലരെ തൃപ്തി പ്പെടുത്തിയില്ല.അതിനാൽ അവർ കോൺഗ്രസിൽ ഒരു ബദൽ പ്രമേയം അവതരിപ്പിച്ചു. ദേശീയ ഐക്യത്തിന്റെ വളർച്ചയുടെയും പുരോഗമന ശക്തികൾക്കനുകൂലമായി വർഗശക്തികളുടെ ബലാബലത്തിൽ വന്ന മാറ്റ ത്തിന്റെയും ഫലമായി ദേശീയെക്യത്തിന്റെതായ ഒരു ബദൽ ഗവൺ മെന്റ് രൂപീകരിക്കാൻ കഴിയുമെന്ന ആത്മവിശ്വാസം പ്രകടിപ്പിക്കുന്നനഗ മായ, വർഗസഹകരണത്തിന് വേണ്ടി വാചാലമായി വാദിക്കുന്ന, ആ പ്രമേ യം,പക്ഷേ കോൺഗ്രസിൽ പങ്കെടുത്ത ഭൂരിപക്ഷം പ്രതിനിധികൾക്കും സ്വീ കാര്യമായില്ല. കോൺഗ്രസ് അത് തള്ളിക്കളഞ്ഞു. എങ്കിലും കോൺഗ്രസിൽ പങ്കെടുത്ത പ്രതിനിധികളിൽ മൂന്നിലൊന്നിന്റെ പിന്തുണ അതിന് കിട്ടി.

ഈ അഭിപ്രായവ്യത്യാസങ്ങളൊക്കെയുണ്ടായെങ്കിലും 1953–56

കാലത്ത് പാർട്ടി ഒട്ടേറെ സമരങ്ങൾ നയിക്കുകയോ സമരങ്ങളിൽ സജീ
വമായി പങ്കെടുക്കുകയോ ചെയ്തു. പല സംസ്ഥാനങ്ങളിലും ഭാഷാടി
സ്ഥാനത്തിൽ സംസ്ഥാനങ്ങൾ പുനഃസംഘടിപ്പിക്കണമെന്ന ആവശ്യത്തെ
മുൻനിർത്തിയുള്ള പ്രക്ഷോഭത്തിന്റെ ആദ്യപഥികർ കമ്യൂണിസ്റ്റുകാരാ
യിരുന്നു. കേരളത്തിൽ ഐക്യകേരളത്തിനുവേണ്ടിയുള്ള സമരത്തിന്റെ
മുൻപന്തിയിൽ നിന്നു കമ
്യൂണിസ്റ്റുകാർ.ആന്ധ്രാപ്ര
ദേശിൽ വിശാലാന്ധ്രക്കു
വേണ്ടി, തമിഴ്‌നാട്ടിൽ ഐ
ക്യ തമിഴകത്തിനുവേണ്ടി,
മഹാരാഷ്ട്രയിൽ സം
യുക്ത മഹാരാഷ്ട്രക്കു
വേണ്ടി കമ്യൂണിസ്റ്റുകാർ
പോരാടി. മിക്ക സംസ്ഥാ
നങ്ങളിലും ഭൂപരിഷ്കര
ണ ത്തി നു വേ ണ്ടി യും-
പ്രത്യേകിച്ചും കുടിയായ്മാ
വ കാ ശ ത്തി നു വേ ണ്ടി-
ഭൂപരിധി നിശ്ചയിക്കണമെ
ന്നാവശ്യപ്പെട്ടും,പാട്ടംകുറ
യ്ക്കണം, ഭൂമിപുനർവിത
രണംചെയ്യണം തുടങ്ങിയ
ആവ ശ്യ ങ്ങ ളു ന്ന യി ച്ചും
പാർട്ടി കൃഷിക്കാരുടെ
വമ്പിച്ച ബഹുജനസമര
ങ്ങൾ സംഘടിപ്പിച്ചു.പാർല
മെന്റിലെ പ്രധാനപ്രതിപ
ക്ഷകക്ഷിയെന്ന നിലയിൽ
ഗവൺമെന്റിന്റെ ജനവി

ആദ്യ കമ്യൂണിസ്റ്റ് മന്ത്രിസഭ ഇ എം എസിന്റെ
നേതൃത്വത്തിൽ 1957, ഏപ്രിൽ 5-ന്
സത്യപ്രതിജ്ഞ ചെയ്യുന്നു

രുദ്ധ നയങ്ങൾക്കെതിരായ പോരാട്ടത്തിന്റെ മുൻപന്തിയിൽ നിന്നു കമ
്യൂണിസ്റ്റുകാർ. പാർട്ടിക്കകത്തെ ഒരു വിഭാഗം ഉശിരൻ സമരങ്ങളോട്
തണുപ്പൻ നയമാണ് സ്വീകരിച്ചതെന്ന കാര്യം വിസ്മരിക്കുന്നില്ല.
1957 ലെ തിരഞ്ഞെടുപ്പിൽ കേരളനിയമസഭയിൽ കമ്യൂണിസ്റ്റുപാർട്ടി
ക്കുണ്ടായ വിജയവും മറ്റു ചിലസംസ്ഥാനങ്ങളിൽ പാർട്ടിക്കുണ്ടായ മുന്നേ
റ്റവും പാർട്ടിയുടെ പ്രതിഛായ വർധിപ്പിച്ചു. കേരളത്തിലെ തിരഞ്ഞെടുപ്പ്
വിജയത്തെത്തുടർന്ന് അവിടെ കമ്യൂണിസ്റ്റ് പാർട്ടി ഗവൺമെന്റ് രൂപീ
കരിച്ചത്തൊഴിലാളിവർഗത്തെയുംകൃഷിക്കാരെയുംപൊതുജനാധിപത്യ
പ്രസ്ഥാനത്തെയും ആവേശം കൊള്ളിച്ചു.
എന്നാൽ പാർട്ടിക്കകത്തെ വലതുപക്ഷ വിഭാഗം ഇതിൽ നിന്ന് ശരി

യായ പാഠംപഠിച്ചില്ല. കേരളത്തിലെ വിജയം തങ്ങളുടെ നയത്തിന്റെ വിജ
യമായി അവർ കൊട്ടിഘോഷിച്ചു. 'കേരളമാതൃക' യെക്കുറിച്ച് അവർ
വാചാലമായി സംസാരിക്കുകയും ചെയ്തു. 1959 ൽ കേരളാ ഗവൺമെന്റ്
പിരിച്ചുവിടപ്പെട്ടത് അവർക്ക് കനത്തതിരിച്ചടിയായെങ്കിലും അതുകൊ
ണ്ടൊന്നും അവർ തങ്ങളുടെ നിലപാടിൽ മാറ്റം വരുത്തിയില്ല. അഭിപ്രാ
യവ്യത്യാസം തുടരുകതന്നെചെയ്തു.

ഈപശ്ചാത്തലത്തിലാണ്,1958ൽപാർട്ടിയുടെ അഞ്ചാം കോൺഗ്രസ്
അമൃതസറിൽനടന്നത്.പാർട്ടിയുടെസംഘടനാരൂപത്തിൽ ആ
കോൺഗ്രസ് മാറ്റം വരുത്തി. കേന്ദ്രക്കമ്മിറ്റി – പൊളിറ്റ്ബ്യൂറോ എന്നീ
ദ്വിതല നേതൃത്വത്തിനുപകരം വിപുലമായ ദേശീയ കൗൺസിൽ, അതി
നുമുകളിൽ സെൻട്രൽ എക്സിക്യൂട്ടീവ് കമ്മിറ്റി, അതിനും മുകളിൽ
സെക്രട്ടേറിയറ്റ് എന്നിങ്ങനെയുള്ള ത്രിതല നേതൃത്വം പ്രതിഷ്ഠിച്ചു. വല
തുപക്ഷ പിന്തിരിപ്പൻമാരോട് പൊരാടുന്നതിന്റെ പേരിൽ കോൺഗ്രസു
മായി കൂട്ടുകൂടണമെന്ന് പാർട്ടിക്കകത്തെ വലതുപക്ഷ വിഭാഗം ആഗ്ര
ഹിക്കുകയും അതിനുള്ള നീക്കം നടത്തുകയും ചെയ്തെങ്കിലും ആ
നീക്കത്തിന്കടുത്ത എതിർപ്പ് നേരിടേണ്ടിവന്നു. അവസാനം
കോൺഗ്രസിനും വലതുപക്ഷ പിന്തിരിപ്പൻമാർക്കുമെതിരെ ഒരേസമയം
പൊരാടണമെന്ന ആഹ്വാനം നൽകുകയായിരുന്നു കോൺഗ്രസ്. അമൃ
തസർ കോൺഗ്രസ് മറ്റൊരു തീരുമാനമെടുത്തു. ഇന്ത്യയിൽ പാർട്ടി സമാ
ധാനപരമായ മാർഗങ്ങളേ സ്വീകരിക്കുകയുള്ളുവെന്നും പാർട്ടിക്ക് ഭരണം
കയ്യാളാൻ കഴിഞ്ഞാൽ ഏകകക്ഷിമേധാവിത്വം സ്ഥാപിക്കുകയില്ലെന്നും
പ്രഖ്യാപിച്ചതിനെയാണ് ഇവിടെ പരാമർശിക്കുന്നത്."സമാധനപരമായ
സോഷ്യലിസ്റ്റ് വിപ്ലവംനടത്തി കമ്യൂണിസംസ്ഥാപിക്കുകയെന്നസോഷ്യൽ
ഡെമോക്രാറ്റിക് കാഴ്ചപ്പാടാണ് ഇതിനുപിന്നിലുള്ള" തെന്ന് ഈ പ്രഖ്യാപ
നത്തെപ്പറ്റി ഇ എം എസ് എഴുതി. അദ്ദേഹം തുടർന്നു:

ഈ പ്രഖ്യാപനങ്ങൾ മുഖവിലക്കെടുത്താൽ ശരിയാണ്,
അതിൽ കുഴപ്പമൊന്നുമില്ല. സോഷ്യലിസത്തിലേക്കും കമ്യൂണി
സത്തിലേക്കുമുള്ള പോക്ക് സമാധാനപരമായിരിക്കണമെന്നാണ്
പാർട്ടി ആഗ്രഹിക്കുന്നതെന്നും പാർട്ടി വിഭാവനം ചെയ്യുന്ന
രാഷ്ട്രീയ സംവിധാനത്തിൽ ഏകകക്ഷി മേധാവിത്വം ഉണ്ടായിരി
ക്കുകയില്ലെന്നും വ്യക്തമാക്കേണ്ടതു തന്നെയാണ്. 1951 ൽ അംഗീ
കരിച്ച പാർട്ടി പരിപാടിയിൽ തന്നെ അത് വ്യക്തമാക്കിയിട്ടുമുണ്ട്.

പക്ഷേ, ഈ പ്രഖ്യാപനം പാർട്ടി നടത്തുന്ന അവസരത്തിൽ
പാർട്ടിക്കും അതിന്റെ ഗവൺമെന്റിനുമെതിരെ ഏത് കുത്സിത
മാർഗം അംഗീകരിക്കാനും ഭരണവർഗങ്ങൾ മടിക്കുകയില്ലെന്ന് വ്യ
ക്തമായി വരികയായിരുന്നു. ആ സ്ഥിതിവിശേഷം നേരിടാൻ ആവ
ശ്യമായ സമീപനം അംഗീകരിക്കാതെ ഈ പ്രഖ്യാപനങ്ങൾ നട
ത്തുന്നത് സമാധാനപരമായ പരിവർത്തനത്തെക്കുറിച്ച് ജനങ്ങളുടെ
ഇടയിലും പാർട്ടിയിൽ തന്നെയും വ്യമോഹം പരത്താനേ സഹാ

യിച്ചുള്ളൂ *(സോഷ്യലിസത്തിലേക്കുള്ള ഇന്ത്യൻ പാത)*

അഞ്ചാം കോൺഗ്രസ് കഴിഞ്ഞ് മൂന്നുവർഷം പിന്നിട്ടപ്പോൾ വിജ യവാഡയിൽ ആറാംകോൺഗ്രസ്. ഈ രണ്ടു കോൺഗ്രസുകൾക്കിടയിൽ ഉൾപ്പാർട്ടി ബന്ധം അത്യന്തം വഷളായി. കോൺഗ്രസിൽ പങ്കെടുക്കാ നെത്തിയ നാഷണൽകൗൺസിൽ അംഗങ്ങളും പ്രതിനിധികളും വ്യക്ത മായി രണ്ടുചേരികളായി പിരിഞ്ഞു. ഈ ചേരികൾ തമ്മിലുള്ള ഏറ്റുമു ട്ടൽ രൂക്ഷമായി. ആ ഏറ്റുമുട്ടലിലേക്ക് കടക്കുന്നതിനുമുമ്പായി അഞ്ചാം കോൺഗ്രസിനും ആറാം കോൺഗ്രസിനുമിടയിൽ നടന്ന പ്രധാനപ്പെട്ട രണ്ട് സംഭവങ്ങൾ എടുത്തുപറയേണ്ടതുണ്ട്. അതിലൊന്നാണ് ഇന്ത്യയും ചൈനയും തമ്മിലുള്ള അതിർത്തി ബന്ധം മോശമായത്.

1959 ൽ ഇന്ത്യ–ചൈന അതിർത്തിത്തർക്കം മുൻപന്തിയിൽ വന്നു. വിപ്ലവകരമായ പ്രവണതക്കെതിരെ കടന്നാക്രമണം നടത്താനും ആ പ്രവ ണതയെ ദുർബലപ്പെടുത്താനും കമ്യൂണിസ്റ്റ്‌വിരുദ്ധഹിസ്റ്റീരിയ ഇളക്കി വിടാൻ ഇത് നല്ലൊരവസരമായി ഉപയോഗിക്കപ്പെട്ടു. പാർട്ടിക്കകത്തെ 'വലതുപക്ഷ'ക്കാർ ഇന്ത്യാ ഗവൺഗമന്റിന്റെ നിലപാടിന്പൂർണ പിന്തുണ നൽകണമെന്ന് വാദിച്ചുകൊണ്ട് സങ്കുചിത ദേശീയവാദികളുടെ കൂടെ യാണ് തങ്ങളെന്ന് വ്യക്തമാക്കി. അതേസമയം 'ഇടതുപക്ഷ'ക്കാർ സങ്കുചിത ദേശീയവാദത്തിനെതിരെ വ്യക്തമായ നിലപാടെടുക്കുകയും അതിർത്തി ത്തർക്കം സമാധാനപരമായി പരിഹരിക്കണമെന്ന് വാദിക്കുകയും ചെയ്തു. സ്വന്തം രാജ്യത്തിന്റെ താൽപ്പര്യങ്ങൾക്കെതിരെ ചൈനയുടെ പക്ഷം പിടി ക്കുന്നതാണ് 'ഇടതുകാരു' ടെ നിലപാടെന്ന് എതിർചേരിക്കാർ വാദിച്ചു. ആ വാദം ബൂർഷ്വാ പത്രങ്ങൾ വ്യാപകമായി പ്രചരിപ്പിച്ചു.

അമൃതസർ കോൺഗ്രസിനുശേഷംനടന്ന മറ്റൊരു സംഭവമാണ് ലോക കമ്യൂണിസ്റ്റ് പ്രസ്ഥാനത്തിൽ സോവിയറ്റ് – ചൈനീസ് പാർട്ടിക ളുടെ നേതൃത്വത്തിൽ രണ്ടുചേരികൾ രൂപംകൊണ്ടത്. 20–ാം കോൺഗ്രസ് മുതൽ സോവിയറ്റ് പാർട്ടിയെടുക്കുന്ന നിലപാടിനെ ചൈനീസ് കമ്യൂ ണിസ്റ്റ് പാർട്ടി നിശിതമായി വിമർശിച്ചു. സോവിയറ്റ് കമ്യൂണിസ്റ്റ്പാർട്ടി പിന്തുടരുന്ന നയം പരിഷ്കരണവാദത്തിന്റേതാണെന്ന് ചൈനീസ് പാർട്ടി; ചൈനീസ് പാർട്ടി പിന്തുടരുന്ന നയം സെക്ടേറിയനിസത്തിന്റെതാണെന്ന് സോവിയറ്റ് പാർട്ടി– ഇങ്ങനെ രണ്ടുവിഭാഗങ്ങളും നടത്തിയ ആശയസമ രത്തിൽ പല രാജ്യങ്ങളിലെയും പാർട്ടികൾ പക്ഷം പിടിക്കാൻ തുടങ്ങി യതോടെ ലോകകമ്യൂണിസ്റ്റ് പ്രസ്ഥാനത്തിനകത്ത് രണ്ടുചേരികളായി.

ഈ ചേരിതിരിവിന്റെ അല ഇന്ത്യൻ കമ്യൂണിസ്റ്റ് പാർട്ടിയിലും അടി ക്കാതിരുന്നില്ല. വലതുവിഭാഗം നൂറുശതമാനവും സോവിയറ്റ് പക്ഷം പിടി ച്ചു. ഇടതുവിഭാഗമാവട്ടെ, ചൈനീസ് പാർട്ടിയോടാണ് ചായ്‌വ് കാണിച്ച ത്. അങ്ങനെ അഞ്ചാം കോൺഗ്രസിനുശേഷമുണ്ടായ പ്രധാനപ്പെട്ട രണ്ടു സംഭവങ്ങൾ ഇന്ത്യയിലെ കമ്യൂണിസ്റ്റ് പ്രസ്ഥാനത്തിനകത്തെ അഭിപ്രാ യവ്യത്യാസങ്ങളുടെ ധ്രുവീകരണത്തിന് ആക്കം കൂട്ടി.

ഉൾപാർട്ടി സമരം വിജയവാഡയിൽ നടന്ന ആറാം കോൺഗ്രസിൽ

1962-ൽ പാർലമെന്റിലെ കമ്യൂണിസ്റ്റ് അംഗങ്ങൾ

(1961) ഉച്ചകോടിയിലെത്തി. കോൺഗ്രസിൽ ചർച്ച ചെയ്യുന്നതിന് യോജിച്ച ഒരു കരടുപരിപാടിയോ കരട്‌രാഷ്ട്രീയ പ്രമേയമോ തയ്യാറാക്കാൻ നേതൃ ത്വത്തിന് കഴിയാതെപോയി. വലത് – ഇടത് വിഭാഗങ്ങളുടെ ചേരിയിൽ നിന്ന് ഓരോ കരട് പരിപാടിയും ഓരോ രാഷ്ട്രീയപ്രമേയവും കോൺഗ്ര സിനുമുമ്പിൽ അവതരിപ്പിക്കപ്പെട്ടു. വാശിയേറിയ വാദവിവാദങ്ങൾ. അവ സാനം പരിപാടി അംഗീകരിക്കുന്ന കാര്യം മാറ്റിവെച്ചു. രാഷ്ട്രീയപ്രമേയം പോലും ഏകകണ്ഠമായി അംഗീകരിക്കാൻ കഴിഞ്ഞില്ല. ചർച്ചയിൽ പങ്കെ ടുത്ത ജനറൽ സെക്രട്ടറി അജയ്‌ഘോഷ് നടത്തിയ പ്രസംഗം ഇരുകൂ ട്ടർക്കും സ്വീകാര്യമായതിനാൽ ആ പ്രസംഗത്തിലെ പ്രസക്തഭാഗങ്ങൾ രാഷ്ട്രീയ പ്രമേയമായി കണക്കാക്കി പാർട്ടിയിൽ ഒരു പിളർപ്പ് ഒഴിവാ ക്കുകയായിരുന്നു വിജയവാഡ കോൺഗ്രസ്.

വിജയവാഡാ കോൺഗ്രസ് കഴിഞ്ഞതിനുശേഷം അഭിപ്രായവ്യ ത്യാസം ഒന്നുകൂടി രൂക്ഷമായി.1961ൽ പാർട്ടി ജനറൽസെക്രട്ടറി അജ യ്‌ഘോഷ് അന്തരിച്ചപ്പോൾ പുതിയ ജനറൽ സെക്രട്ടറിയെ തിരഞ്ഞെടു ക്കുന്ന പ്രശ്നം നാഷണൽ കൗൺസിലിന്റെ മുമ്പിൽ വന്നു. അതിനെ ച്ചൊല്ലി കടുത്ത അഭിപ്രായവ്യത്യാസം. അവസാനം പാർട്ടി ഭരണഘടന യിലില്ലാത്ത ചെയർമാൻ എന്ന പുതിയൊരു പദവി സൃഷ്ടിച്ച് പ്രശ്ന ത്തിൽ ഒത്തുതീർപ്പുണ്ടാക്കി ഡാങ്കെയെ ചെയർമാൻ സ്ഥാനത്ത് പ്രതി ഷ്ഠിച്ചു. ഇ എം എസിനെ ജനറൽ സെക്രട്ടറിയായും തിരഞ്ഞെടുത്തു.

1962 ലെ തിരഞ്ഞെടുപ്പ് ഫലം വിലയിരുത്തുന്നതിലും അഭിപ്രായ വ്യത്യാസം പ്രകടമായി. ഇതുസംബന്ധിച്ച് രണ്ട് രേഖകൾ തന്നെ വന്നു നാഷണൽ കൗൺസിലിന്റെ മുമ്പിൽ.കമ്യൂണിസ്റ്റുപാർട്ടി അതിന്റെ

എതിർപ്പിന്റെ കുന്തമുന ആർക്കെതിരെ തിരിച്ചുവെക്കണം– കോൺഗ്ര
സിന്റെ നേരെയോ അതോ വലതുപക്ഷ ശക്തികൾക്കെതിരെയോ? പാല
ക്കാട് കോൺഗ്രസിൽ പരിഹരിക്കപ്പെട്ടപ്രശ്നം തന്നെവീണ്ടും. തങ്ങളുടെ
നയത്തിന് നാഷണൽ കൗൺസിലിൽ പിന്തുണ ലഭിക്കുകയില്ലെന്നു കണ്ട
വലതുപക്ഷക്കാർ തിരഞ്ഞെടുപ്പ് ഫലത്തെക്കുറിച്ച് ഒരു ശവപരിശോധന
ആവശ്യമില്ലെന്നുപറഞ്ഞ് തടിതപ്പി.

ഇന്ത്യ– ചൈനാ അതിർത്തി സംഘട്ടനത്തിന്റെ മറവിൽ പാർട്ടിക്കെ
തിരെ ഗവൺമെന്റിന്റെ കടന്നാക്രമണം. നൂറുകണക്കിന് പാർട്ടി നേതാ
ക്കളെ അറസ്റ്റു ചെയ്തു.'ഇടതു'ചിന്താഗതിക്കാരെ തിരഞ്ഞുപിടിച്ച് അറസ്റ്റ്
ചെയ്യുകയായിരുന്നു. അറസ്റ്റിൽപ്പെട്ടുപോയ വലതുപക്ഷക്കാരെ
ഗവൺമെന്റ് മോചിപ്പിക്കുകയും ചെയ്തു. പാർട്ടി നേതൃത്വം അറസ്റ്റിൽ
പ്രതിഷേധിച്ചില്ല. നേതാക്കളെ വിട്ടയക്കണമെന്നാവശ്യപ്പെട്ട് പ്രക്ഷോഭം
സംഘടിപ്പിച്ചില്ല. എന്തിനധികം,അറസ്റ്റു ചെയ്തവരെ മോചിപ്പിക്കണമെ
ന്നാവശ്യപ്പെട്ട് പാർട്ടി ജനറൽ സെക്രട്ടറി ഇ എം എസ് താൻ പത്രാധി
പരായ ന്യൂഏജിൽ പ്രസിദ്ധീകരിക്കാൻ എഴുതിക്കൊടുത്ത മുഖപ്രസംഗം
മാറ്റിവെക്കാൻ പോലും അവർ ധൈര്യപ്പെട്ടു.

സംഘടനയെ കൈപ്പിടിയിലൊതുക്കുന്നതിന് പല വൃത്തികെട്ട
മാർഗങ്ങളും വലതുപക്ഷക്കാർ സ്വീകരിച്ചു. പാർട്ടിയുടെ പശ്ചിമബംഗാൾ
കമ്മിറ്റിയിലെ പ്രമുഖനേതാക്കൾ തടവറയിൽ കഴിയുമ്പോൾ കേന്ദ്രനേ
തൃത്വം അവിടത്തെ സംസ്ഥാനകൗൺസിൽ പിരിച്ചുവിട്ട് താൽക്കാലിക
സംഘടനാ കമ്മിറ്റി രൂപീകരിച്ചു. പഞ്ചാബിൽ സംസ്ഥാന എക്സിക്യൂ
ട്ടീവിലെ ഭൂരിപക്ഷം ജയിലിലായപ്പോൾ കേന്ദ്രനേതൃത്വം പ്രത്യേക
സമ്മേളനം വിളിച്ചുകൂട്ടി പുതിയ സംസ്ഥാനകമ്മിറ്റിയെ തിരഞ്ഞെടുത്തു.
വർഗസഹകരണ നയത്തെ എതിർക്കുന്ന പലരുടെയും പേരിൽ നടപടി
കൾ സ്വീകരിച്ചു. രാഷ്ട്രീയ– ആശയപ്രശ്നങ്ങളിൽ അർഥവത്തായ
ഉൾപാർട്ടി ചർച്ച നടത്താനും പിളർപ്പ് ഒഴിവാക്കാനുമുള്ള എല്ലാ ശ്രമങ്ങ
ളെയും കേന്ദ്രനേതൃത്വം തുരങ്കംവച്ചു. ഒരു പിളർപ്പ് ആസന്നമായി.

ഉൾപാർട്ടിസമരം അവസാനം 1964 ഏപ്രിലിൽ നാഷണൽകൗൺസി ലിൽനിന്ന് 32 സഖാക്കളുടെ ഇറങ്ങിപ്പോക്കിൽചെന്ന് കലാശിച്ചു. അതി നുശേഷം അവർ വിളിച്ചുകൂട്ടിയ തെനാലി കൺവെൻഷൻ ഏഴാം കോൺഗ്രസ് സംഘടിപ്പിക്കുന്നതിന് അടിത്തറപാകി. 1964 ഒക്ടോബർ 31 മുതൽ നവംബർ 7 വരെ കൽക്കത്തയിൽ ചേർന്ന ഏഴാം കോൺഗ്രസ് പാർട്ടി പരിപാടിയും ഭരണഘടനയും അംഗീകരിച്ചു. അടിയന്തര കടമ കൾ സംബന്ധിച്ച രാഷ്ട്രീയ പ്രമേയത്തിന് പുറമെ റിവിഷനിസത്തിന് എതിരായ പോരാട്ടം സ്ബന്ധിച്ച രാഷ്ട്രീയറിപ്പോർട്ടും അംഗീകരിച്ചു. ഇന്ത്യൻ കമ്മ്യൂണിസ്റ്റ് പാർട്ടിയെ പ്രതിനിധീകരിക്കുന്നത് തങ്ങളാണെന്ന് പ്രഖ്യാപിച്ച കോൺഗ്രസ്,ഇന്ത്യയിലെ കമ്മ്യൂണിസ്റ്റ് പ്രസ്ഥാനത്തിന്റെ ചരി ത്രത്തിൽ ഒരു നാഴികക്കല്ലായി.

കൽക്കത്തകോൺഗ്രസ് കഴിഞ്ഞതിനുശേഷം സി പി ഐ അതിന്റെ 7-ാം കോൺഗ്രസ് ബോംബെയിൽ നടത്തി. ആ കോൺഗ്രസ് ദേശീയ ജനാധിപത്യ വിപ്ലവത്തിന്റേതായ ഒരു പരിപാടി അംഗീകരിച്ചു. ആ പരി പാടിയും സി പി ഐ (എം) ന്റ ജനകീയജനാധിപത്യവിപ്ലവത്തിന്റെ പരി പാടിയും താരതമ്യപ്പെടുത്തിയാൽ സി പി ഐയുടേത് വർഗസഹകര ണത്തിന്റേതും സി പി ഐ (എം) ന്റെത് വർഗസമരത്തിന്റേതുമാണെന്ന് കാണാം. രണ്ടും തമ്മിലുള്ള മുഖ്യമായ അഭിപ്രായവ്യത്യാസം ഭരണകൂ ടത്തിന്റെ വർഗസ്വഭാവം വിലയിരുത്തുന്നതിലാണെന്നും കാണാം.

11

സി പി ഐ (എം) ന്റെ വളർച്ച

സി പി ഐ (എം) രൂപം കൊണ്ടതിന്റെ പ്രാധാന്യവും അതിൽനി ന്നുയർന്നു വരാൻ പോകുന്ന ആപത്തും ഭരണവർഗം ശരിക്കും മനസ്സി ലാക്കി. പാർട്ടിക്കെതിരെ ആഞ്ഞടിക്കാൻ ഗവൺമെന്റ് തീരുമാനിച്ചു. വാസ്തവത്തിൽ പശ്ചിമബംഗാളിലെപ്രധാനപ്പെട്ട ചില നേതാക്കളെ ഏഴാം കോൺഗ്രസിന്റെ സമയത്തുതന്നെ അറസ്റ്റുചെയ്ത് ജയിലില ടച്ച് ആഞ്ഞടിക്ക് തുടക്കം കുറിച്ചിരുന്നു.ഏഴാം കോൺഗ്രസ് കഴിഞ്ഞ തിൽ പിന്നീടാവട്ടെ, 1500ൽ പരം നേതാക്കളെയും കേഡർമാരെയും അറ സ്റ്റുചെയ്ത് തടവിൽ പാർപ്പിച്ചു.1966 മധ്യംവരെ ഏതാണ്ട് ഒന്നരവർഷം അവർക്ക് അവിടെത്തന്നെ കഴിയേണ്ടിവന്നു. ഇതേസമയംതന്നെ സി പി ഐ (എം) നെ തിരെ കടുത്ത അപവാദ പ്രചാരണം നടത്തി. പാർട്ടി നേതാക്കളെ 'ബീജിങ്'ഏജന്റുമാരായും'ദേശീയവിരുദ്ധ'രായും ചിത്രീക രിച്ചു. ഗവൺമെന്റ് ഒരു ധവളപത്രം തന്നെ ഇറക്കി. നിർഭാഗ്യവശാൽ സി പി ഐ നേതൃത്വത്തിന്റെ സഹായത്തോട സി പി എസ് യു ഉൾപ്പെടെ ലോകത്തിലെ വിവിധ കമ്യൂണിസ്റ്റ് പാർട്ടികൾക്കിടയിൽ സി പി ഐ (എം)നെതിരെഔർജിതമായ ക്യാമ്പെൻ തന്നെ നടത്തി. പിളർപ്പൻമാ രുടെയും അതിസാഹസികരുടെയും പാർട്ടിയായി സി പി ഐ (എം) നെ ചിത്രീകരിച്ചു.

1965ൽ പാകിസ്ഥാൻ ഇന്ത്യയെ ആക്രമിച്ചു. പാർട്ടിയുടെ സാർവ ദേശീയ വീക്ഷണം പരീക്ഷിക്കപ്പെട്ട മറ്റൊരു ഘട്ടം. സി പി ഐ ഉൾപ്പെടെ മറ്റെല്ലാ പാർട്ടികളും സങ്കുചിത ദേശീയവാദപരമായ നിലപാടെടുത്ത പ്പോൾ ഇന്ത്യാ- പാക് സൗഹാർദത്തിനുവേണ്ടി നിലകൊണ്ടഒരേയൊരു പാർട്ടി സി പി ഐ (എം)മാത്രം.അതിന്റെപേരിലും പാർട്ടിക്ക് ഗവൺമെന്റിൽനിന്ന് ആക്രമണത്തെ നേരിടേണ്ടിവന്നു.

അടിച്ചമർത്തലിന്റേതായ ഈ ഘട്ടത്തിലും പുറത്തുള്ളപാർട്ടി സഖാ

ക്കളും കമ്മിറ്റികളും ഉശിരോടെ പ്രവർത്തനം തുടർന്നു. ബഹുജന ങ്ങൾക്കിടയിൽ പാർട്ടിയുടെ സ്വാധീനം വിപുലമാക്കുന്നതിന് തീവ്രശ്രമം നടത്തി. ഈ ഘട്ടത്തിലാണ് കേരള നിയമസഭയിലേക്ക് ഇടക്കാല തിര ഞ്ഞെടുപ്പുവന്നത്. പാർട്ടി പിളർന്നതിനുശേഷം നടക്കുന്ന ആദ്യത്തെ തിര ഞ്ഞെടുപ്പ്. പാർട്ടി അണികളും ബഹുജനങ്ങളും ആരുടെ കൂടെയാ ണെന്ന് തെളിയിക്കപ്പെടാൻ പോകുന്ന ആദ്യത്തെ അവസരം. തിരഞ്ഞെ ടുപ്പുപ്രചാരണത്തിന് നേതാക്കളില്ല.തിരഞ്ഞെടുപ്പിൽ മത്സരിക്കുന്ന സ്ഥാനാർഥികളിൽതന്നെപലരും ജയിലിൽ.എന്നിട്ടും 45 സീറ്റോടെ ഏറ്റവും വലിയ ഒറ്റപാർട്ടിയായി മാറി സിപി ഐ (എം). കഷ്ടിച്ച് മൂന്നു സീറ്റ് കൊണ്ട് തൃപ്തിപ്പെടേണ്ടിവന്നു സി പി ഐക്ക്. ജനങ്ങളുടെ ആഗ്ര ഹാഭിലാഷങ്ങൾക്കനുസൃതമായി പാർട്ടി ശരിയായ നയമാണ് പിന്തുട രുന്നത് എന്നതിന്റെ പ്രതിഫലനമായിരുന്നു തിരഞ്ഞെടുപ്പ് ഫലം. ഈ ഘട്ടത്തിലും പാർട്ടി ബംഗാളി, മലയാളം ,തെലുങ്ക്, തമിഴ്, പഞ്ചാബി, കന്നഡ, മറാത്തി എന്നീ ഭാഷകളിൽ മുഖപത്രങ്ങൾ പ്രസിദ്ധീകരിച്ചു. കേന്ദ്ര മുഖപത്രമെന്ന നിലയിൽ *പീപ്പിൾസ് ഡെമോക്രസി* പ്രസിദ്ധീക രിച്ചു.

1966 ൽ പാർട്ടിനേതാക്കൾ മോചിതരായി. അപ്പോൾ മാത്രമേ പാർട്ടിയും ബഹുജനസംഘടനകളും പുനഃസംഘടിപ്പിക്കുകയെന്ന കടമ പാർട്ടിക്ക് ശരിക്കും ഏറ്റെടുക്കാൻ കഴിഞ്ഞുള്ളു. ഏഴാം കോൺഗ്രസ് രേഖകളെ അടിസ്ഥാനമാക്കി കിസാൻ മുന്നണി, ട്രേഡ് യൂണിയൻ മുന്നണി എന്നീ മുന്നണികളിലെയും സംഘടനാരംഗത്തെയും കടമകൾ പാർട്ടി ആവിഷ്കരിച്ചു. ഈ നയം നടപ്പാക്കിക്കൊണ്ട് പാർട്ടി അതിന്റെ പ്രവർത്തമേഖല വിപുലമാക്കി.1965നും 1967നുമിടയിൽ രാജ്യത്തിന്റെ വിവിധഭാഗങ്ങളിൽ ജനകീയ പ്രശ്നങ്ങളെ ആസ്പദമാക്കി വമ്പിച്ച ബഹു ജനസമരങ്ങൾ പൊട്ടിപ്പുറപ്പെട്ടു. അതിൽ ഏറ്റവുംശ്രദ്ധേയം വിലക്കയറ്റ ത്തിനെതിരെ പടിഞ്ഞാറൻ ബംഗാളിൽ നടന്ന സമരമാണ്. വിയത്നാം ജനത നടത്തുന്ന ഐതിഹാസിക വിമോചനസമരത്തോട് സൗഭ്രാത്രം പ്രകടിപ്പിച്ചുകൊണ്ടുള്ള പ്രസ്ഥാനത്തിനും പാർട്ടി നേതൃത്വം നൽകി.

രാജ്യത്ത് സാമ്പത്തികക്കുഴപ്പം മൂർച്ഛിക്കുകയായിരുന്നു. ജനങ്ങ ളുടെ അസംതൃപ്തിയും ഒന്നിനൊന്ന് വർധിക്കുകയായിരുന്നു. ഇത് കോൺഗ്രസ് ജനങ്ങളിൽ നിന്ന് ഒറ്റപ്പെടുന്നതിനിടിയാക്കി. ഈ പശ്ചാ ത്തലത്തിൽ 1967 ൽ നടന്ന നാലാം പൊതുതിരഞ്ഞെടുപ്പിൽ കോൺഗ്ര സിന് കനത്തതിരിച്ചടിയേറ്റു. ഒമ്പത് സംസ്ഥാനങ്ങളിൽ അതിന് ഭൂരി പക്ഷം നഷ്ടപ്പെട്ടു. പശ്ചിമബംഗാളിലും കേരളത്തിലും ഏറ്റവും വലിയ പാർട്ടിയായിസി പി ഐ (എം) ഉയർന്നു. ഈ രണ്ടു സംസ്ഥാനങ്ങളിലും സി പി ഐ (എം)ന് മുൻതൂക്കമുള്ള ഐക്യമുന്നണി ഗവൺമെൻറു കൾ അധികാരത്തിൽ വന്നു. ത്രിപുരയിൽ സി പി ഐ (എം) ഉം ഇടതു പക്ഷകക്ഷികളും കരുത്തുറ്റ ശക്തിയായി. ഇന്ത്യൻ രാഷ്ട്രീയത്തിലെ പ്രബലശക്തിയായി സി പി ഐ (എം) ഉയർന്നു. പാർലമെന്റിലും അത്

പ്രധാന പ്രതിപക്ഷകക്ഷിയായി.

ഈ മുന്നേറ്റം ബഹുജനപ്രക്ഷോഭങ്ങളും സമരങ്ങളും വളർത്തി യെടുക്കാൻ പാർട്ടിയെ ഗണ്യമായി സഹായിച്ചു. താമസിയാതെ ഇടതു പക്ഷ അതിസാഹസികത്വ പ്രവണതയിൽനിന്ന് ഉയർന്നുവന്ന ഗുരുതര മായപ്രശ്നത്തെ പാർട്ടിക്ക് നേരിടേണ്ടിവന്നു. ഈ പ്രവണതയാണ് 'നക്സ ലിസം' എന്ന പേരിൽ അറിയപ്പെട്ടത്. ഏഴാം കോൺഗ്രസിന്റെ അംഗീ കാരത്തോടെ പാർട്ടി തുടർന്നുപോന്ന രാഷ്ട്രീയം റിവിഷനിസമാ ണെന്നും അതുപേക്ഷിച്ച് സായുധസമരത്തിന്റെ മാർഗം സ്വീകരിക്കണ മെന്നും നക്സലുകൾ ആവശ്യപ്പെട്ടു. അതിന്റെ അടിസ്ഥാനത്തിൽ പശ്ചി മബംഗാളിലെ നക്സൽബാരി എന്ന ഗ്രാമപ്രദേശം തങ്ങളുടെ സായുധ സമരരംഗമായി നക്സലുകൾ തിരഞ്ഞെടുത്തു. ഇക്കൂട്ടർക്ക് ചൈനീസ് പാർട്ടി പിന്തുണയും നൽകി. നക്സലൈറ്റുകാരെ യഥാർഥ മാർക്സി സ്റ്റ്– ലെനിനിസ്റ്റുകാരായും സിപി ഐ (എം) നേതാക്കളെ പുത്തൻ റിവി ഷനിസ്റ്റുകാരായും ചൈനീസ് പാർട്ടി ചിത്രീകരിച്ചു.1964 ൽ സി പി ഐ (എം)മുമായി സ്ഥാപിച്ച ബന്ധം ചൈനീസ് പാർട്ടി വിഛേദിച്ചു. അതോടെ സോവിയറ്റ് പാർട്ടിയുടെയെന്നതുപോലെ ചൈനീസ് പാർട്ടിയുടെയും എതിർപ്പിനെ നേരിട്ടുകൊണ്ട് വേണ്ടിവന്നു സി പി ഐ (എം) ന് പ്രവർത്തി ക്കാൻ.

നക്സലൈറ്റ് പ്രവണതയുടെ ഫലമായി കുറച്ചുകാലത്തേക്ക് വളരെ പ്രയാസകരമായ സ്ഥിതി നേരിടേണ്ടിവന്നു സിപി ഐ (എം) ന്. ഈ പശ്ചാത്തലത്തിലാണ് ബർദ്ധാൻ പ്ലീനം സംഘടിപ്പിക്കപ്പെട്ടത്. ലോക കമ്യൂണിസ്റ്റ് പ്രസ്ഥാനത്തിൽ ഉയർന്നുവന്ന ആശയപ്രശ്നങ്ങളിൽ യാതൊരു നിലപാടും ഏഴാം കോൺഗ്രസ് എടുത്തില്ല. അതുസംബന്ധിച്ച ചർച്ച കോൺഗ്രസ് മാറ്റിവെക്കുകയായിരുന്നു. അങ്ങനെ മാറ്റിവെച്ച ചർച്ച നടത്തുന്നതിനാണ് 1968 ഏപ്രിലിൽ ബർദ്ധാൻപ്ലീനം വിളിച്ചുകൂട്ടിയത്. സോവിയറ്റ് പാർട്ടിയോടുള്ള എതിർപ്പ് തുടരുമ്പോൾ തന്നെ ചൈനീസ് പാർട്ടിയുടെ നിലപാടുകളിൽ പലതിനോടും വിയോജിക്കുന്ന ഒരു രേഖ ബർദ്ധാൻ പ്ലീനത്തിൽ ഭൂരിപക്ഷവോട്ടോടെ പാസായി. നക്സലിസത്തി ന്റേതായ ഇടതുപക്ഷ അതിസാഹസികത്വ പ്രവണത അവശ്യം കൈകാ ര്യംചെയ്യേണ്ടിവന്നു ബർദ്ധാൻ പ്ലീനത്തിന്. നക്സലൈറ്റുകളുടെ സെക്ടേ റിയൻനയം പ്ലീനം തള്ളിക്കളഞ്ഞു. അതിനെത്തുടർന്ന് ഇടതുപക്ഷ അതി സാഹസികന്മാർ പാർട്ടിയിൽനിന്ന് പുറത്തുപോയി. ചില സംസ്ഥാനഘ ടകങ്ങളിൽ നക്സലുകാർക്ക് കുറച്ചൊക്കെ അനുയായികളുണ്ടായി. അത്തരം സംസ്ഥാനങ്ങളിൽ അത് പാർട്ടിയുടെ അടിത്തറയെ ബാധി ക്കുകയും ചെയ്തു. ഏറെക്കഴിയുന്നതിന് മുമ്പ് നക്സലൈറ്റുകൾ അന വധി ഗ്രൂപ്പുകളായി പൊട്ടിപ്പിളർന്നു. രാഷ്ട്രീയമായി അതിന്റെ പാപ്പര ത്തവും തെളിയിക്കപ്പെട്ടു.

തുടർന്നുള്ള വർഷങ്ങളിൽ പാർട്ടിയുടെ മുന്നേറ്റം തടയപ്പെട്ടില്ല. നാലാം പൊതുതിരഞ്ഞെടുപ്പിൽ കോൺഗ്രസിന് ദയനീയ പരാജയം ഏറ്റു

വാങ്ങേണ്ടിവന്ന കാര്യം നേരത്തെ പറഞ്ഞല്ലോ. അതുകൊണ്ട് നഷ്ട പ്പെട്ടസ്വാധീനംഎങ്ങനെ തിരിച്ചുപിടിക്കണംഎന്ന പ്രശ്നത്തിൽ കോൺഗ്ര സിനകത്ത് അഭിപ്രായവ്യത്യാസം. ഇൻഡിക്കേറ്റെന്നും സിൻഡിക്കേറ്റെ ന്നുമുള്ള പേരുകളിൽ രണ്ട് വ്യക്തമായ ചേരികൾ തന്നെ അതിനകത്ത് രൂപംകൊണ്ടു. ആദ്യത്തേതിനെ ഇന്ദിരാഗാന്ധിനയിച്ചപ്പോൾ രണ്ടാമത്തേ തിനെമൊറാർജി ദേസായി നയിച്ചു. അവസാനം 1969 ൽ കോൺഗ്രസ്പിളർ ന്നു.ഇന്ദിരാഗാന്ധിയുടെ നേതൃത്വത്തിലുള്ള ഗവൺമെന്റ് ദ്വിമുഖനയം സ്വീകരിച്ചു.ഒരു ഭാഗത്ത് അത് ജനങ്ങളെ വ്യാമോഹിപ്പിക്കത്തക്കവിധ ത്തിലുള്ള മുദ്രാവാക്യങ്ങൾ മുഴക്കുകയും മറുഭാഗത്ത് ഇടതുപക്ഷത്തി നെതിരെ പൊതുവിലും സിപി ഐ (എം) നെതിരെ വിശേഷിച്ചും കട ന്നാക്രമണമഴിച്ചുവിടുകയും ചെയ്തു. ഈ പരിതഃസ്ഥിതിയിൽ പശ്ചിമ ബംഗാളിലെയും കേരളത്തിലെയും ഐക്യമുന്നണി ഗവൺമെന്റുകളിൽ പങ്കാളിയായിരുന്ന സി പി ഐ നിഷേധാത്മകമായ നിലപാട് സ്വീകരിച്ച് ഇടതുപക്ഷനേതൃത്വത്തിലുള്ള ഗവൺമെന്റുകളെ ശിഥിലമാക്കി. പശ്ചി മബംഗാളിലെ ഇടതുപക്ഷനേതൃത്വത്തിലുള്ള ഗവൺമെന്റിനെ കേന്ദ്രം പിരിച്ചുവിട്ടു. പിന്നീട് ആ സംസ്ഥാനത്ത് നടന്നത്അർധ ഫാസിസ്റ്റ് ഭീക രവാഴ്ച. പാർട്ടിക്കെതിരെ കടന്നാക്രമണം നടത്താൻ സാമൂഹ്യവിരുദ്ധ രെയും നക്സലൈറ്റുകളെയും കോൺഗ്രസ് നിർബാധം ഉപയോഗിച്ചു. 1300 ലധികം പാർട്ടി മെമ്പർമാരും അനുഭാവികളും കൊല്ലപ്പെട്ടു. ആയിര ക്കണക്കിനാളുകൾ തങ്ങൾ ജനിച്ചുവളർന്ന പ്രദേശങ്ങളിൽ നിന്ന് ആട്ടി പ്പായിക്കപ്പെട്ടു. അതിനേക്കാളെത്രയോ ആയിരങ്ങൾ പീഡനങ്ങൾക്കും ഭീകരതയ്ക്കും ഇരയായി. പാർട്ടിക്ക് നേരിടേണ്ടിവന്നത് ഒരു വലിയ പരീക്ഷണഘട്ടം.ശരിയായ നയം പിന്തുടർന്നും ജനങ്ങളുമായുള്ള ബന്ധം നിലനിർത്തിയും ജനങ്ങളുടെ ജനാധിപത്യബോധം തട്ടിയുണർത്തിയും ഇതിനെയൊക്കെ അതിജീവിക്കാൻ പാർട്ടിക്ക് കഴിഞ്ഞു.

കോൺഗ്രസിനകത്ത് പിളർപ്പുണ്ടായപ്പോൾ സി പി ഐ (എം) ന് ഒരു പ്രശ്നം നേരിടേണ്ടിവന്നു. ഇന്ത്യൻ യൂണിയൻ പ്രസിഡന്റ് സ്ഥാന ത്തേക്കുള്ള തിരഞ്ഞെടുപ്പിൽ എന്ത് നിലപാടെടുക്കണം? കോൺഗ്രസിന്റെ ഔദ്യോഗിക സ്ഥാനാർഥിക്കെതിരെ വി വി ഗിരിക്ക് പിന്തുണനൽകാൻ തീരുമാനമായി.എന്നാൽ തുടർന്നുനടന്ന തിരഞ്ഞെടുപ്പിൽ ഇന്ദിരാ കോൺഗ്രസിന്റെ കൂടെയോ സംഘടനാ കോൺഗ്രസ് നേതൃത്വത്തിലുള്ള മഹാസഖ്യത്തിന്റെ കൂടെയോ ചേരാൻ സി പി ഐ (എം) തയ്യാറായില്ല. ഫലമോ? മഹാസഖ്യം രാജ്യത്താകെ തൂത്തുവാരപ്പെട്ടു. സി പി ഐ (എം) പാർലമെൻറിലെ ഏറ്റവുംവലിയ പ്രതിപക്ഷഗ്രൂപ്പായി. പാർല മെന്റിലെ അതിന്റെ അംഗസംഖ്യ 19 ൽ നിന്ന് 35 ആയി. പശ്ചിമബംഗാ ളിൽ മാത്രം 20 സീറ്റാണ് പാർട്ടിക്ക് കിട്ടിയത്. അവിടത്തെ നിയമസഭയി ലാവട്ടെ 115 സീറ്റിൽ പാർട്ടി വിജയിച്ചു. ത്രിപുരയിൽ പാർട്ടിക്ക് 42 ശത മാനം വോട്ടുകിട്ടി. കോൺഗ്രസിന് നല്ല ഭൂരിപക്ഷം ലഭിച്ചു.

തിരഞ്ഞെടുപ്പ് വിജയത്തിനുശേഷം ഇന്ദിരാഗാന്ധി കൂടുതൽ കൂടു

പി ബി അംഗങ്ങൾ മധുരകോൺഗ്രസ്സ് വേളയിൽ

തൽ അമിതാധികാരപ്രവണതകൾ കാണിക്കാൻ തുടങ്ങി. പശ്ചിമബം
ഗാളിലെ നിയമസഭാ തിരഞ്ഞെടുപ്പിൽ കൃത്രിമം കാണിച്ചു. അർധ
ഫാസിസ്റ്റ് ഭീകരവാഴ്ച തുടർന്നു. പ്രതിപക്ഷ പാർട്ടികളെയും ബഹു
ജനപ്രക്ഷോഭങ്ങളെയും തച്ചമർത്താൻ നോക്കി. ഇതിനൊക്കെ എതിരായി
ഒറ്റക്കെട്ടായി നിൽക്കേണ്ട ഇടതുപക്ഷ ഐക്യനിര തകർന്നു. ഈ പശ്ചാ
ത്തലത്തിലാണ് 1972 ൽ പാർട്ടിയുടെ ഒമ്പതാം കോൺഗ്രസ് മധുരയിൽ
നടന്നത്.അഖിലേന്ത്യാതലത്തിൽ പൊതുവെയും പശ്ചിമബംഗാളിൽ
വിശേഷിച്ചും നടന്ന സംഭവവികാസങ്ങളെ വിലയിരുത്തിക്കൊണ്ട് 'പശ്ചി
മബംഗാളിൽ നടമാടുന്ന അർധഫാസിസ്റ്റ് ഭീകരത രാജ്യത്താകെ വരാൻ
പോകുന്ന അപൽക്കരമായ സ്ഥിതിവിശേഷത്തിന്റെ മുന്നോടിയാണെ'ന്ന്
പാർട്ടി കോൺഗ്രസ് വിലയിരുത്തി. മാർക്സിസ്റ്റ് വിരോധത്തിന്റെ മറപി
ടിച്ചുകൊണ്ട് പ്രതിപക്ഷത്തിനാകെഎതിരായ നീക്കമാണ് ഇന്ദിരാ
കോൺഗ്രസും അതിന്റെ കേന്ദ്ര-സംസ്ഥാന ഗവൺമെന്റുകളും തുടർന്ന
തെന്ന് കോൺഗ്രസ് അഭിപ്രായപ്പെട്ടു. ഇങ്ങനെ കോൺഗ്രസിന്റെ ഏക
കക്ഷി മേധാവിത്വം സ്ഥാപിക്കാൻ ശ്രമിക്കുന്ന ഇന്ദിരാഗാന്ധി ഭരണ
കക്ഷിക്കെത്തുതന്നെ സ്വന്തം വ്യക്തിമേധാവിത്വം സ്ഥാപിക്കാൻ കൂടി
ശ്രമിക്കുകയാണ്ണെന്ന് ചൂണ്ടിക്കാണിക്കപ്പെട്ടു.
    1967 ലെ തിരഞ്ഞെടുപ്പിൽ   രൂപംകൊണ്ട ഇടതുപക്ഷ ഐക്യം
തകർന്നുപോയ സാഹചര്യങ്ങൾ വിലയിരുത്തിയ ഒമ്പതാം കോൺഗ്രസ്
തങ്ങളുടെ നിലപാടുകൾ ഉപേക്ഷിച്ച് കോൺഗ്രസുമായി ഒത്തുചേർന്ന

ഇടതുപക്ഷ കക്ഷികൾ തിരികെ വരുമെന്ന ശുഭാപ്തി വിശ്വാസം പ്രക
ടിപ്പിച്ചു.   ഇടതുപക്ഷ ജനാധിപത്യപ്രസ്ഥാനത്തിലേക്ക് ഇടതുപക്ഷ
കക്ഷികളെ വീണ്ടെടുക്കുക ,ഇതര ജനാധിപത്യശക്തികളുമായി ഐക്യം
ഊട്ടിയുറപ്പിക്കുക– ഇതാണ് പാർട്ടി കോൺഗ്രസ് മുമ്പോട്ടുവെച്ച മുഖ്യ
കടമകൾ.

1964 ലെ ഏഴാം കോൺഗ്രസിൽ പാർട്ടി പരിപാടി ആവിഷ്കരിക്കു
മ്പോൾ ചർച്ച മാറ്റിവെച്ചതും എട്ടാം കോൺഗ്രസിൽ പോലും ചർച്ചചെ
യ്യാതിരുന്നതുമായ ഒരുപ്രശ്നമുണ്ട് –ദേശീയ ജനവിഭാഗങ്ങളുടെ പ്രശ്നം.
നേരത്തെ ഇതുസംബന്ധിച്ച് കേന്ദ്രക്കമ്മിറ്റി സ്വീകരിച്ച നിലപാട് ഒമ്പതാം
കോൺഗ്രസ് അംഗീകരിക്കുകയും പാർട്ടി പരിപാടിയിലുൾപ്പെടുത്തുകയും
ചെയ്തു. സ്വയം നിർണയാവകാശവും അതോടൊപ്പം വേറിട്ട് പോകാ
നുള്ള അവകാശവും എന്ന 1951 ലെ പരിപാടിയിലുൾപ്പെടുത്തിയ മുദ്രാ
വാക്യംകോൺഗ്രസ് നിരാകരിച്ചു.ഇന്ത്യയിൽ അധിവസിക്കുന്ന
വിഭിന്നദേശീയ ജനവിഭാഗങ്ങളുടെ സമത്വാധിഷ്ഠിത ഐക്യം വളർത്തി
യെടുക്കുന്നതിന് അടിവരയിട്ടു.

സാമ്പത്തികക്കുഴപ്പത്തിന് ആഴമേറുകയായിരുന്നു. കോൺഗ്രസ്
ദുർഭരണത്തിനെതിരെ ജനങ്ങളുടെ അസംതൃപ്തി വർധിക്കുകയായിരു
ന്നു. ഈ ഘട്ടത്തിലാണ് ഐതിഹാസികമായ റെയിൽവെ പണിമുടക്ക്
ആരംഭിച്ചത്.   അതിനെ തച്ചമർത്താൻ ആവനാഴിയിലെ സകല ആയുധ
ങ്ങളും ഗവൺമെന്റ് എടുത്തുപയോഗിച്ചു. ഇരുപത്തിയൊന്ന് ദിവസത്തി
നുശേഷം പണിമുടക്ക് പിൻവലിക്കേണ്ടി വന്നു. പണിമുടക്ക് പിൻവലിച്ച
തിനെത്തുടർന്ന് ദേശീയ രാഷ്ട്രീയ രംഗത്ത് സുപ്രധാനമായ ഒരു സംഭ
വമുണ്ടായി. തൊഴിലാളികൾ, കൃഷിക്കാർ, വിദ്യാർഥികൾ, ഇടത്തരക്കാർ
എന്നിങ്ങനെ വിവിധ വിഭാഗങ്ങൾ അണിനിരന്നുകൊണ്ടുള്ള ജെ പി പ്ര
സ്ഥാനത്തെയാണ് ഇവിടെപരാമർശിക്കുന്നത്. ജയപ്രകാശ് നാരായണന്റെ
സ്വന്തം സംസ്ഥാനമായ ബിഹാറിലും ഇന്ത്യയിലാകെയും ജെ പി

ബി ടി രണദിവെ   ബസവപുന്നയ്യ   പ്രമോദ് ദാസ് ഗുപ്ത

പ്രസ്ഥാനം ഒരു കൊടുങ്കാറ്റു പോലെ ആഞ്ഞടിച്ചു. ആ പ്രസ്ഥാനത്തിൽ പങ്കുകൊള്ളാൻ തയ്യാറായില്ലെങ്കിലും അതിന് പിന്തുണ നൽകാൻ സി പി ഐ (എം) നേതൃത്വം തീരുമാനിച്ചു. ജെ പിയുടെ കേരള–പശ്ചിമബം ഗാൾ സന്ദർശനാവസരത്തിൽ അദ്ദേഹത്തിന് ഗംഭീരസ്വീകരണം നൽകാൻ രണ്ടുസംസ്ഥാനങ്ങളിലെയും സഖാക്കൾ തയ്യാറായി. പ്രസ്ഥാനം കൂടുതൽ കരുത്താർജിച്ചു. ഇന്ദിരാകോൺഗ്രസിലെ ഒരു വിഭാഗം പോലും ഈ പ്രസ്ഥാനത്തെ അനുകൂലിച്ചു.

ഇതിന്റെ പരിണാമമെന്ന നിലയിലാണ് 1975 ജൂണിൽ അടിയന്തര വസ്ഥ പ്രഖ്യാപിക്കപ്പെട്ടത്. മധുരാ കോൺഗ്രസ് മുന്നറിയിപ്പ് നൽകിയ തുപോലെ എല്ലാ പ്രതിപക്ഷകക്ഷികൾക്കുമെതിരെ ഗവൺമെന്റ് കട നാക്രമണംനടത്തി.പ്രതിപക്ഷനേതാക്കളെമാത്രമല്ല ഭരണകക്ഷിയിൽപ്പെ ട്ട ചില നേതാക്കളെപ്പോലും കാരാഗൃഹത്തിനകത്താക്കി. സെൻസർഷിപ്പ് ഏർപ്പെടുത്തി പത്രങ്ങളുടെ വായമൂടിക്കെട്ടി. എല്ലാ എതിർശബ്ദങ്ങ ളെയും ശക്തിയുപയോഗിച്ച് തടയാൻ ശ്രമിച്ചു. കടുത്ത അടിച്ചമർത്ത ലിനാണ് സി പി ഐ (എം) നെ വിധേയമാക്കിയത്. പാർട്ടിയുടെ അന വധി നേതാക്കളും നൂറുകണക്കിന് പ്രവർത്തകരും തുറങ്കിലടയ്ക്കപ്പെട്ടു. ഇതിനോട് എങ്ങനെ പ്രതികരിക്കണമെന്ന പ്രശ്നം നേതൃത്വത്തിനകത്ത് ഉയർന്നുവന്നു. അപ്പോൾ രണ്ടുതരത്തിലുള്ള അഭിപ്രായം പ്രകടിപ്പിക്ക പ്പെട്ടു. എന്തൊക്കെയാണവ? ഇ എം എസിനെ ഉദ്ധരിക്കട്ടെ;

ജനാധിപത്യപരമായ പ്രതിപക്ഷപ്രസ്ഥാനത്തിന് ഇനി പ്ര സക്തിയില്ലെന്നും തനി ഫാസിസമായിത്തീർന്ന ഇന്ദിരാവാഴ്ചക്കെ തിരെ തെലങ്കാനാ മാതൃകയിൽ വിപ്ലവസമരങ്ങൾ സംഘടിപ്പിക്കു കയാണ് വേണ്ടതെന്നും ചില സഖാക്കൾ വാദിച്ചു. വിശദവും സവി സ്തരവുമായ ചർച്ചക്കുശേഷം പാർട്ടിയുടെ കേന്ദ്രനേതൃത്വം അത് തള്ളിക്കളഞ്ഞു. നേരെമറിച്ച് അടിയന്തരാവസ്ഥക്കെതിരെ പോരാ ടുന്ന ബൂർഷ്വാ ജനാധിപത്യവാദികളെല്ലാമായി സഹകരിച്ചു മുന്നേ റണമെന്നും ആ പ്രതിപക്ഷപ്രസ്ഥാനത്തിൽ സജീവമായി പങ്കു കൊള്ളണമെന്നും പാർട്ടി തീരുമാനിച്ചു.*(ഇന്ത്യൻ കമ്യൂണിസ്റ്റ് പ്രസ്ഥാനം 1920–1998)*

അങ്ങനെ സി പി ഐ (എം) അടിയന്തരാവസ്ഥക്കെതിരെ പോരാ ടാൻ വിപുലമായ ഐക്യം ഊട്ടിയുണ്ടാക്കാൻ ശ്രമിച്ചു. 1976ന്റെ അവ സാനം പൗരസ്വാതന്ത്ര്യ കൺവൻഷനും ഭരണഘടനക്ക് 42ാം ഭേദ ഗതി കൊണ്ടുവരുന്നതിനെതിരായ കൺവൻഷനും വിളിച്ചുകൂട്ടാൻ സർവ ശ്രമങ്ങളും നടത്തി. വിവിധ സംസ്ഥാനങ്ങളിൽ 42ാം ഭരണഘടനാ ഭേദഗതിക്കെതിരായ ബഹുജനപ്രക്ഷോഭം സംഘടിപ്പിച്ചു.

1977 മാർച്ച് വരെ അടിയന്തരാവസ്ഥ തുടർന്നു. തെറ്റായ കണക്കു കൂട്ടലിന്റെ അടിസ്ഥാനത്തിൽ ഇന്ദിരാഗാന്ധി തിരഞ്ഞെടുപ്പ് പ്രഖ്യാപി ച്ചു. തിരഞ്ഞെടുപ്പിൽ കോൺഗ്രസ് (ഇ) യുടെ അമിതാധികാര വാഴ്ചക്ക് ജനങ്ങൾ കനത്ത പ്രഹരമേൽപ്പിച്ചു. ജനാധിപത്യാവകാശം, പൗരസ്വാ

തന്ത്ര്യം, സമ്മേളിക്കുന്നതിനും സംഘടിക്കുന്നതിനും പണിമുടക്കും മറ്റു ബഹുജനസമരങ്ങളും നടത്തുന്നതിനുമുള്ള സ്വാതന്ത്ര്യം എന്നിവ നിഷേ ധിക്കുന്ന നയം ജനങ്ങൾ തള്ളിക്കളഞ്ഞു. സെൻസർഷിപ്പിനും നീതി നിർവഹണ വിഭാഗത്തെ കീഴ്പ്പെടുത്തുന്നതിനും മറ്റെല്ലാ അമിതാധികാ രനയങ്ങൾക്കും എതിരായ വിധിയെഴുത്തായിരുന്നു തിരഞ്ഞെടുപ്പുഫലം. ജനതാപാർട്ടിഗവൺമെന്റ് അധികാരത്തിൽ വന്നു. അമിതാധികാര ചട്ട ക്കൂട് പൊളിച്ചുമാറ്റുകയും ജനാധിപത്യാവകാശങ്ങൾ പുനഃസ്ഥാപിക്കു കയും ചെയ്യുന്നതിന് ഉപയോഗിക്കുകയെന്ന ലക്ഷ്യത്തോടെ സി പി ഐ (എം) ഗവൺമെന്റിന് പിന്തുണ നൽകി.

അപ്പോഴേയ്ക്കും പാർട്ടിയുടെ സ്വാധീനം വർധിച്ചുവെന്ന് തിരഞ്ഞെ ടുപ്പുഫലം വെളിപ്പെടുത്തി. പാർട്ടിക്ക് ലഭിച്ചവോട്ട് 152 ലക്ഷമായി. 1967 ൽ അത് 52 ലക്ഷമായിരുന്നു. ഇതിനെത്തുടർന്ന് പശ്ചിമബംഗാളിലും ത്രിപു രയിലും പാർട്ടി തകർപ്പൻ വിജയം നേടി. രണ്ട് സംസ്ഥാനങ്ങളിലും ഇട തുപക്ഷമുന്നണി ഗവൺമെന്റ് രൂപീകരിച്ചു. 1977 ലെ തിരഞ്ഞെടുപ്പിൽ കേരളത്തിൽ കോൺഗ്രസിന് ഭൂരിപക്ഷം കിട്ടിയെങ്കിലും അതിന് അധി കകാലം അധികാരത്തിൽ തുടരാനായില്ല. 1980 ൽ സി പി ഐ (എം)ന് മുൻതൂക്കമുള്ള ഇടതുപക്ഷജനാധിപത്യമുന്നണി അവിടെ ഗവൺമെന്റ് രൂപീകരിച്ചു.എങ്കിലുംപല കാരണങ്ങളാൽ 1982 വരെ മാത്രമേ അധികാ രത്തിൽ തുടരാൻ കഴിഞ്ഞുള്ളു. തുടർന്നുള്ള അഞ്ചുവർഷം യു ഡി എഫ് അധികാരത്തിലിരുന്നെങ്കിലും 1987 ൽ ഒരിക്കൽകൂടി ഇടതുപക്ഷ ജനാ ധിപത്യമുന്നണി അധികാരത്തിൽ വന്നു. ത്രിപുരയിൽ ഇടതുപക്ഷ മുന്നണി ഗവൺമെന്റിനെ പുറത്താക്കാൻ ഹീനമായ മാർഗങ്ങൾ ഉപ യോഗിക്കാൻ കോൺഗ്രസ് മടിച്ചില്ല. അതിനായി പട്ടാളത്തെപ്പോലും ഉപ യോഗിച്ചു.അങ്ങനെ10വർഷത്തിനുശേഷംആ ഗവൺമെന്റിനെ പുറന്തള്ളു കയും സംസ്ഥാനത്തൊട്ടാകെ അർധഫാസിസ്റ്റ് ഭീകരവാഴ്ച അടിച്ചേൽപ്പി ക്കുകയും ചെയ്തെങ്കിലും 1993 ൽ നാലിൽ മൂന്ന് ഭൂരിപക്ഷത്തോടെ ഇട തുപക്ഷം വീണ്ടും അധികാരത്തിൽ തിരിച്ചെത്തി.

ജനതാ ഗവൺമെന്റ് അധികാരത്തിൽ വന്നതിനുശേഷം, 1978 ൽ, പാർട്ടി അതിന്റെ പത്താം കോൺഗ്രസ് ജലന്തറിൽ നടത്തി. സ്വാഭാവിക മായുംജനതാപാർട്ടിയുടെയും ഗവൺമെന്റിന്റെയുംവർഗസ്വഭാവവും അതിനോട് തൊഴിലാളിവർഗം സ്വീകരിക്കേണ്ട നയസമീപനവും കോൺ ഗ്രസിൽ ചർച്ചാവിഷയമായി. വർഗാടിസ്ഥാനത്തിൽ നോക്കുമ്പോൾ രണ്ടും ഭരണവർഗത്തിന്റെ– ബൂർഷ്വാ– ഭൂവുടമ വർഗത്തിന്റെ – താൽപ്പര്യം സംര ക്ഷിക്കുന്ന രണ്ട് കക്ഷികൾ. അതേ സമയം ഒന്ന് ഏകാധിപത്യം സ്ഥാപി ക്കാൻ ശ്രമിച്ച് ജനപിന്തുണ നഷ്ടപ്പെട്ട പാർട്ടി. മറ്റേത് ഏകാധിപതത്തി നെതിരെ പോരാടി ജനസമ്മതിനേടിയ കക്ഷി. ഇങ്ങനെ ജനതാപാർട്ടി യെയും കോൺഗ്രസിനെയും വിലയിരുത്തിയ ജലന്തർ കോൺഗ്രസ് രണ്ടും ഒരേവർഗത്തെ പ്രതിനിധാനം ചെയ്യുന്നതാകയാൽ ജനതാ പാർട്ടിയും കോൺഗ്രസിന്റെ പാത പിന്തുടർന്ന് ഏകാധിപത്യത്തിലേക്ക്

പോയിക്കൂടായ്കയില്ലെന്ന് മുന്നറിയിപ്പു നൽകി. അതു തടയണമെങ്കിൽ ഇടതുപക്ഷപാർട്ടികളും അവയുമായി സഹകരിക്കാൻ തയ്യാറുള്ള ജനാ ധിപത്യശക്തികളും ചേർന്ന് ഒരു ഇടതുപക്ഷ- ജനാധിപത്യ മുന്നണി രൂപപ്പെടുത്തണമെന്ന് കോൺഗ്രസ് ആഹ്വാനം നൽകി.

എന്നാൽ മറ്റൊരു തീരുമാനം കൂടി കോൺഗ്രസ് എടുത്തു. അതി നെക്കുറിച്ച് ഇ എം എസ് എഴുതിയത് ഉദ്ധരിക്കട്ടെ:

ഇടതുപക്ഷ ജനാധിപത്യമുന്നണി എന്ന പേരിട്ട് രൂപപ്പെടു ത്തുന്ന ഈ മുന്നണിയോടൊപ്പം തന്നെ അതിനു സമാന്തരമായി പ്രവർത്തിക്കുന്നതും ജനതാപാർട്ടിയുടെ ഘടകകക്ഷികൾ ഉൾക്കൊള്ളുന്നതുമായ ഒരു വിശാല രാഷ്ട്രീയവേദി കൂടി രൂപ പ്പെടുത്തണം.എന്തുകൊണ്ടെന്നാൽ, തിരഞ്ഞെടുപ്പിൽ പരാജയപ്പെ ട്ടതാണെങ്കിലും കോൺഗ്രസ് (ഇ)ദേശീയാടിസ്ഥാനത്തിൽ ഏറ്റവും വലിയ രാഷ്ട്രീയശക്തിയാണ്. അതിന്റെ നീക്കുപോക്കുകൾക്കെ തിരെ നിതാന്ത ജാഗ്രത പുലർത്തിക്കൊണ്ടല്ലാതെ ഇടതുപക്ഷ- ജനാധിപത്യമുന്നണി കെട്ടിപ്പടുക്കാൻ കഴിയുകയില്ല. ഈ വില യിരുത്തലിൽ നിന്നാണ് ഇടതുപക്ഷ- ജനാധിപത്യശക്തികളെ ഏകോപിപ്പിക്കാൻ ഒരു പരിപാടി അതോടൊപ്പം തന്നെ ഏകാധി പത്യത്തെ തകർത്ത് ജനാധിപത്യം സംരക്ഷിക്കുന്നതിനും പുനഃ സ്ഥാപിക്കുന്നതിനും പറ്റുന്ന പരിമിതമായ മറ്റൊരു പരിപാടി എന്ന തരത്തിൽ രണ്ട് കാഴ്ചപ്പാടുകൾ പത്താം കോൺഗ്രസിന്റെ രാഷ്ട്രീയ പ്രമേയത്തിൽ അടങ്ങിയിരിക്കുന്നത് (സോഷ്യലിസത്തി ലേക്കുള്ള ഇന്ത്യൻ പാത).

12

സൽക്കിയ പ്ലീനം മുതൽ
16-ാം കോൺഗ്രസ് വരെ

ഇടതുപക്ഷ– ജനാധിപത്യമുന്നണിയും അതിനു സമാന്തരമായി പ്രവർത്തിക്കുന്ന വിശാലമായ മറ്റൊരു മുന്നണിയും രൂപപ്പെടുത്താമെ ന്നായിരുന്നല്ലോ പത്താം കോൺഗ്രസിന്റെ തീരുമാനം. ആ രണ്ടുകടമ കളും നിറവേറ്റണമെങ്കിൽ പാർട്ടിയെ സംഘടനാപരമായി ശക്തിപ്പെടു ത്തണം. അതുസംബന്ധിച്ച് വിശദമായി ചർച്ചനടത്താൻ പത്താം കോൺഗ്രസിന് സമയമുണ്ടായില്ല. ആ ചർച്ച കോൺഗ്രസ് മറ്റൊരവസര ത്തിലേക്കുമാറ്റി. അതാണ് 1978 ൽ സൽക്കിയ പ്ലീനത്തിൽ നടന്നത്. പാർട്ടി യുടെ പ്രശസ്തിയും രാഷ്ട്രീയ സാധീനവും രാജ്യത്താകെ വളർന്നു കൊണ്ടിരുന്ന സാഹചര്യത്തിൽ പാർട്ടി സംഘടന തികച്ചും ദുർബലമാ ണെന്ന യാഥാർഥ്യം അംഗീകരിച്ചുകൊണ്ട് അത് പരിഹരിക്കുന്നതിനുള്ള മാർഗങ്ങളാരായാൻ വിളിച്ചുകൂട്ടിയ പ്ലീനത്തിന് പാർട്ടിയുടെ ചരിത്രത്തിൽ തീർച്ചയായും വലിയ പ്രാധാന്യമുണ്ട്. പ്ലീനം ബഹുജനങ്ങളെയാകെ ഉൾക്കൊള്ളുന്നതും മാർക്സിസം– ലെനിനിസം അടിസ്ഥാനപ്രമാണമായി അംഗീകരിക്കുന്നതുമായ ഒരു തൊഴിലാളി വർഗ വിപ്ലവ ബഹുജനപാർട്ടി യായി സി പി ഐ (എം) നെ ഉയർത്താൻ തീരുമാനിച്ചു.

ജലന്തർ കോൺഗ്രസ് കഴിഞ്ഞ് ഒരു വർഷമായപ്പോഴേക്ക് ഭരണക ക്ഷിയായ ജനതാപാർട്ടിയിലും ഗവൺമെന്റിലും കുഴപ്പം. ഗ്രൂപ്പുകൾ തമ്മിൽ ആദ്യം മുതൽക്കാരംഭിച്ച ഏറ്റുമുട്ടലുകൾ 1979 ന്റെ ആദ്യമാസ ങ്ങളിൽ രാഷ്ട്രീയവും നയപരവുമായ പ്രശ്നങ്ങൾക്ക് വഴിമാറി. അതാണ് ജനതാഗവൺമെന്റിന്റെ തകർച്ചയിലും ജനതാപാർട്ടിയുടെ പിളർപ്പിലും ചെന്നുകലാശിച്ചത്.

പല കക്ഷികൾ ചേർന്നാണല്ലോ ജനതാപാർട്ടി രൂപം കൊണ്ടത്. അതിൽ ലയിച്ചു ചേർന്ന കക്ഷികളിലൊന്ന് ജനസംഘം. അതാവട്ടെ ആർ എസ് എസിന്റെ രാഷ്ട്രീയ മുഖവും. ജനതാപാർട്ടിയിൽ ലയിച്ചുചേർന്ന

തിനുശേഷവും ജനസംഘം ആർ എസ് എസ് ബന്ധം നിലനിർത്തി. അതിനെതിരെ ജനതാപാർട്ടിക്കകത്ത്പ്രതിഷേധമുയർന്നു. ഇങ്ങനെയുള്ള ബന്ധം അനുവദനീയമല്ലെന്നനിലപാട് മധുലിമായെയും മറ്റും എടുത്തു. ഇതിനർഥം അദ്വാനിയെയും വാജ്പേയിയെയും പോലുള്ളവർ ഒന്നുകിൽ ആർ എസ്എസ് ബന്ധം വിടണം അല്ലെങ്കിൽ മന്ത്രിസ്ഥാനംരാജിവെക്ക ണം എന്നാണ്. ജനതാഗവൺമെന്റ്റിന് പുറത്തുനിന്ന്പിന്തുണ നൽകിയ സി പി ഐ(എം) ഉം മറ്റിടതുപക്ഷപാർട്ടികളും ഈ നീക്കത്തിന് പിന്തുണ നൽകി. ഇതാണ് മൊറാർജിയുടെ രാജിയിലും തുടർന്ന്ചരൺസിങ്ങിന്റെ അധികാരാരോഹണത്തിലുംചെന്നുകലാശിച്ചത്.   ദേസായിക്കെന്നതു പോലെ ചരൺസിങ്ങിനും പ്രധാനമന്ത്രിസ്ഥാനം രാജിവയ്ക്കേണ്ടിവന്നു. പ്രസിഡണ്ട് പുതിയ തിരഞ്ഞെടുപ്പിന് ഉത്തരവിട്ടു.

ജനതാഗവൺമെന്റിനെതിരായ അവിശ്വാസ പ്രമേയത്തിന് പിന്തുണ നൽകിയതുംചരൺസിങ്ങിനെ ഗവൺമെന്റ് രൂപീകരിക്കാൻ അനുവദിച്ചതും തെറ്റായിപ്പോയെന്ന് സി പി ഐ (എം) ലെ ഒരു വിഭാഗം അഭിപ്രായപ്പെട്ടു. അതോടെ ഇത് രൂക്ഷമായ ഉൾപാർട്ടി ചർച്ചയുടെ വിഷ യമായി. 1982 ജനുവരി അവസാനം വിജയവാഡയിൽ ചേർന്ന പതി നൊന്നാം കോൺഗ്രസ് ഈ വിഷയം ചർച്ചചെയ്യുകയും കേന്ദ്രക്കമ്മിറ്റി കൈക്കൊണ്ട നിലപാട് ശരിവയ്ക്കുകയും ചെയ്തു. ഇതിൽനിന്ന് ഒരു കാര്യം വ്യക്തമായി. ഏകാധിപത്യവാഴ്ചയിലേക്ക് നീങ്ങുന്ന കോൺഗ്ര സിനെയും അതിന്റെ ഗവൺമെന്റിനെയും നിയന്ത്രിക്കാനാണെങ്കിൽ പോലും സി പി ഐ (എം) നെ സംബന്ധിച്ചിടത്തോളം ബി ജെ പി യുമായി ഒത്തുപോകുന്ന പ്രശ്നം ഉദിക്കുന്നില്ല. മറ്റൊരു വിധത്തിൽ പറ ഞ്ഞാൽ ഹൈന്ദവവർഗീയതയ്ക്കെതിരെ പോരാട്ടം നടത്തിയാൽ മാത്രമേ കോൺഗ്രസ് (ഇ) യുടെ ഏകാധിപത്യ നീക്കങ്ങളെ തടയാൻ കഴിയൂ. ബി ജെ പി ഉൾപ്പെടുന്ന കോൺഗ്രസ് വിരുദ്ധ മുന്നണിയിൽ സി പി ഐ (എം) കൂടി പങ്കാളിയാവണമെന്ന ചില ബൂർഷ്വാപ്രതിപക്ഷകക്ഷികളുടെ ആഗ്രഹം നിരാകരിച്ചുകൊണ്ടാണ് ഇങ്ങനെയൊരു നിലപാട് പാർട്ടി കൈക്കൊണ്ടത്.

1980 കളുടെ ആദ്യമായപ്പോൾ ഭൂരിപക്ഷവർഗീയത എന്നതുപൊലെ ദേശീയ ഐക്യത്തെ ശിഥിലപ്പെടുത്തുന്ന മറ്റു ചില ശക്തികളും സജീ വമായി. കാശ്മീരിനെ പാകിസ്ഥാനിൽ ലയിപ്പിക്കണമെന്ന് പറഞ്ഞ് മുസ്ലീം വർഗീയവാദികളിൽ ഒരുവിഭാഗം, പഞ്ചാബിൽ സിഖുകാരുടേതായ ഒരു പ്രത്യേക രാജ്യം സൃഷ്ടിക്കുകയെന്ന ലക്ഷ്യത്തോടെ പ്രവർത്തിക്കുന്ന ഒരു വിഭാഗം സിഖ് ഭീകരർ, അസമിൽ അസമിയ ഭാഷക്കാരല്ലാത്തവർക്കെ തിരായ ഒരു പ്രസ്ഥാനം– ഇതൊക്കെ ദേശീയ ഐക്യത്തിന് ഗുരുതര മായ ഭീഷണിയായി. ഇന്ത്യയുടെ ഐക്യം നിലനിർത്തണമെങ്കിൽ ഈ ശീഥിലീകരണ ശക്തികളെയെല്ലാം എതിർക്കുന്ന ഇന്ത്യൻദേശീയതയു ടേതായ ഒരു പ്രസ്ഥാനം ഉയർന്നുവരണം. അതിനുള്ള പ്രവർത്തനങ്ങ ളിൽ സി പി ഐ (എം) വ്യാപൃതമായി.

അതേസമയം ദേശീയവിരുദ്ധശക്തികൾക്കെതിരെ ഉറച്ചനിലപാട് കൈക്കൊള്ളുന്നതിന് പകരം സങ്കുചിതരാഷ്ട്രീയം വെച്ച് അവയോരോ ന്നിനെയും പ്രീണിപ്പിക്കുന്ന അവസരവാദപരമായ നിലപാടാണ് കോൺഗ്രസ് കൈക്കൊള്ളുന്നത്. പഞ്ചാബിൽ ഭിന്ദ്രൻവാലയെ വളർത്തി യെടുത്തത് കോൺഗ്രസ്. വിവാഹമോചിതരായ മുസ്ലീംസ്ത്രീകൾക്ക് ചെലവിന് കിട്ടാനുള്ള അവകാശം കവർന്നെടുക്കുന്ന ബിൽ പാർലമെ ന്റിൽ അവതരിപ്പിച്ച് പാസാക്കിയെടുത്ത് കോൺഗ്രസ്. കേരളത്തിൽ മുസ്ലീംലീഗുമായും പള്ളിമേധാവികളുമായും രാഷ്ട്രീയകൂട്ടുകെട്ട് തുടർന്നത് കോൺഗ്രസ്. ഹിന്ദുനേതൃത്വത്തിന്റെ പിന്തുണ ആർജിക്കാൻ ദീർഘകാലം പൂട്ടിക്കിടന്ന രാമജന്മഭൂമിക്ഷേത്രം എന്നു വിളിക്കപ്പെടുന്ന ബാബറി മസ്ജിദിനകത്ത് ആരാധന നടത്താൻഹിന്ദുക്കൾക്ക് സൗകര്യ മൊരുക്കിക്കൊടുത്തത് കോൺഗ്രസ്.

അപ്പോൾ രാജ്യത്തിന്റെ ഐക്യത്തിനും ഉദ്ഗ്രഥനത്തിനും ബി ജെ പി തൊട്ടുള്ള ശിഥിലീകരണ ശക്തികളെ മാത്രമല്ല കോൺഗ്രസിനെയും എതിർക്കണം. ദേശീയ ഐക്യത്തിനും ദേശീയഉദ്ഗ്രഥനത്തിനും പോരാ ടുന്ന എല്ലാ ശക്തികളെയും ഒന്നിപ്പിക്കണം. ഈ കാഴ്ചപ്പാടടങ്ങുന്ന നയ സമീപനമാണ് കൽക്കത്ത കോൺഗ്രസ് അംഗീകരിച്ചത്. കേന്ദ്രകമ്മിറ്റി അംഗീകരിച്ച ഈ നയസമീപനത്തോട് വിയോജിപ്പുള്ള ആരും പന്ത്രണ്ടാംകോൺഗ്രസ് പ്രതിനിധികളിലുണ്ടായിരുന്നില്ല. ഈ നയസമീ പനം കേരളത്തിലെ സ്ഥിതിഗതികൾക്ക് അനുയോജ്യമല്ലെന്ന് വാദിച്ച ഒരു ചെറുവിഭാഗം കേരളത്തിൽ നിന്നുള്ള പ്രതിനിധികളിൽ ഉണ്ടായിരു ന്നുവെങ്കിലും അഭിപ്രായപ്രകടനത്തിൽ അവർ ഒതുങ്ങി. അതായത് ആ പ്രശ്നത്തിൽ ഒരു വോട്ടെടുപ്പ് ആവശ്യപ്പെട്ടില്ലെന്നർഥം.

പന്ത്രണ്ടാം കോൺഗ്രസിനുശേഷം സാമ്പത്തിക-രാഷ്ട്രീയ രംഗത്ത് ഗുരുതരമായ പ്രതിസന്ധി; ജനങ്ങൾക്കിടയിൽ വ്യാപകമായ അസംതൃപ്തിയും. ഇത് ജനങ്ങളും ഗവൺമെന്റും തമ്മിലുള്ള വൈരു ധ്യം മൂർഛിപ്പിച്ചു. ഇതോടൊപ്പം ദേശീയ ഐക്യം കൂടുതൽ ശിഥിലമാ വുകയും അസ്ഥിരീകരണശക്തികൾക്ക് രാജ്യത്തെ കടന്നാക്രമിക്കുന്ന തിന് അവസരമൊരുങ്ങിക്കിട്ടുകയും ചെയ്തു. ഇതിനൊക്കെ പുറമെ അഴി മതിയാരോപണങ്ങളുടെ പരമ്പരതന്നെയുണ്ടായി. ഈ സാഹചര്യത്തിൽ രാജീവ്ഗാന്ധി ഗവൺമെന്റ് ദേശീയശിഥിലീകരണത്തിന്റെയും കഴിവു കേടിന്റെയും പ്രതീകമായി മാറിക്കഴിഞ്ഞുവെന്ന് സി പി ഐ (എം) കേന്ദ്ര കമ്മിറ്റിയോഗം (1987 ആഗസ്ത്) പ്രഖ്യാപിച്ചു. മാത്രമല്ല, ഗവൺമെന്റ് രാജിവെച്ച് പുതിയ ജനവിധി തേടണമെന്നും ആവശ്യപ്പെട്ടു. വർഗീയ തക്കും അമിതാധികാരത്തിനും എതിരെ പോരാടാനും ജനാധിപത്യം സംരക്ഷിക്കാനും അഴിമതി നിർമാർജനം ചെയ്യാനും ജനങ്ങൾക്ക് അടി യന്തരാശ്വാസം നൽകാനും ഭരണമാറ്റം എന്ന ലക്ഷ്യം സാധിതപ്രായമാ ക്കുന്നതിന് എല്ലാ മതനിരപേക്ഷകക്ഷികളുടെയും വിപുലമായ ധാര ണയ്ക്കും ഐക്യത്തിനും പാർട്ടി ആഹ്വാനം ചെയ്തു. രാജീവ് ഗാന്ധി

ഗവൺമെന്റിന്റെ അഴിമതിയെയും തീർത്തുംജനവിരുദ്ധമായ നയങ്ങ ളെയും എതിർക്കുന്ന കോൺഗ്രസുകാർ ജനകീയശക്തികളോടൊപ്പം ചേരണമെന്ന് പാർട്ടി അഭ്യർഥിച്ചു.അക്കാലത്ത് പ്രസിഡൻഷ്യൽ ഭരണ രീതിയെന്നപ്രശ്നം ബി ജെ പി ഉയർത്തിക്കൊണ്ടുവന്നപ്പോൾ അതിനെ നിശിതമായി എതിർത്തു.കർണാടകത്തിലെ ജനതാപാർട്ടി മുഖ്യമന്ത്രിയും ജനതാനേതാവും ഉയർത്തിക്കൊണ്ടുവന്ന ദ്വികക്ഷി ഭരണസമ്പ്രദായം എന്ന വാദത്തെയും പാർട്ടി എതിർത്തു. രാജീവ്ഗാന്ധി ഗവൺമെന്റ് രാജി വച്ച് പുതിയ ജനവിധി തേടണമെന്നാവശ്യപ്പെട്ട് മറ്റ് മതനിരപേക്ഷ കക്ഷി കളുമായി സഹകരിച്ച് വലിയ ക്യാമ്പെൻ സംഘടിപ്പിച്ചു. പാർലമെന്റ് മാർച്ചും 1988 മാർച്ച് 12 ന്റെ ഭാരത ബന്ദും അതിൽ പ്രധാനം.

ഈ ഘട്ടത്തിലാണ് ദേശീയമുന്നണി ഉയർന്നുവന്നത്. അതിന് എന്തൊക്കെ ദൗർബല്യങ്ങളുണ്ടെങ്കിലും ബി ജെ പി യെയും മറ്റു വർഗീ യപാർട്ടികളെയും അകറ്റി നിർത്താൻ അതിനുകഴിഞ്ഞു. ആ നിലയിൽ പാർട്ടി അതിനെ സ്വാഗതം ചെയ്തു. രാജീവ് ഗാന്ധി ഗവൺമെന്റിന്റെ നയങ്ങൾക്കെതിരെ ബഹുജനങ്ങളെ അണിനിരത്തുന്നതിനോടൊപ്പം പാർട്ടി ഇടതുപക്ഷശക്തികളോട് സഹകരിക്കുകയും വർഗീയശക്തികളെ ഒരേസമയം എതിർക്കുകയും തുറന്നുകാട്ടുകയും ചെയ്തു. സി പി ഐ (എം) ഉം ഇടതുപക്ഷശക്തികളും ദേശീയെക്യത്തിന്റെ ചാമ്പ്യ ന്മാരായി രംഗത്ത് വന്നു. വിഘടനവാദികളുയർത്തിയ വെല്ലുവിളികളെ നേരിടുന്നതിന്റെ മുൻപന്തിയിൽ നിന്നു. 1987 ലെ തിരഞ്ഞെടുപ്പിൽ

പതിമൂന്നാം പാർട്ടി കോൺഗ്രസ് തിരുവനന്തപുരത്ത്

| ജ്യോതിബസു | ദശരഥദേബ് | ഇ കെ നായനാർ |

എൺപതുകളിലെ കമ്യൂണിസ്റ്റ് മുഖ്യമന്ത്രിമാർ

കേരളത്തിലും പശ്ചിമബംഗാളിലും കോൺഗ്രസിന് കനത്ത തിരിച്ചടി. രാജീവ്ഗാന്ധിയുടെ നേതൃത്വത്തിൽ കോൺഗ്രസ് പിന്തുടർന്ന അവസ രവാദനയത്തിനെതിരായ വിധിയെഴുത്തായിരുന്നു അത്. ഈ വിജയം ദേശീയതലത്തിൽ ഇടതുപക്ഷ ജനാധിപത്യ ബദൽശക്തി ഉയർത്തിക്കാ ട്ടുന്നതിൽ വളരെയധികം സഹായിച്ചു. അതുകൊണ്ടാണ് ആ രണ്ടു സംസ്ഥാനങ്ങളിലെയും ത്രിപുരയിലെയും ഗവൺമെന്റുകൾക്കെതിരെ കോൺഗ്രസ് ആക്രമണത്തിന്റെ കുന്തമുന തിരിച്ചുവച്ചത്. ഈ സാഹച ര്യത്തിൽ 1988-89 ൽ തിരുവനന്തപുരത്ത് ചേർന്ന പതിമൂന്നാം കോൺഗ്രസ് സ്ഥിതിഗതികൾ മൂർത്തമായി വിലയിരുത്തി അടിയന്തര കടമകളാവിഷ്കരിച്ചു.

പതിമൂന്നും പതിനാലും കോൺഗ്രസുകൾക്കിടയിൽ ലോകത്ത് കോളിളക്കം സൃഷ്ടിച്ച മാറ്റങ്ങൾ പലതും സംഭവിച്ചു. കിഴക്കൻ യൂറോ പ്യൻ രാജ്യങ്ങളിലും സോവിയറ്റ് യൂണിയനിലും സോഷ്യലിസ്റ്റ് ചട്ടക്കൂട് പൊളിച്ചുമാറ്റപ്പെട്ടു. ആ രാജ്യങ്ങളിൽ മുതലാളിത്ത പുനഃസ്ഥാപനം ദ്രു തഗതിയിൽ നടന്നു. ഈ സംഭവവികാസങ്ങൾ പാർട്ടി വിലയിരുത്തി. 1992 ജനുവരിയിൽ ചെന്നെയിൽ ചേർന്ന പതിനാലാം കോൺഗ്രസിന് കൈകാ ര്യം ചെയ്യേണ്ടിയിരുന്ന പ്രശ്നങ്ങളിലൊന്ന് ഇതായിരുന്നു. ഇതു സംബ ന്ധിച്ച് സുദീർഘമായ ഒരു പ്രത്യേക പ്രമേയം തന്നെ കോൺഗ്രസ് അംഗീകരിച്ചു. വാസ്തവത്തിൽ ഈ പ്രമേയം "1987 ൽ നടന്ന സോവിയറ്റ് യൂണിയന്റെ 70-ാം വാർഷികവേളയിൽ സോവിയറ്റ് കമ്യൂണിസ്റ്റ് പാർട്ടി യുടെ ജനറൽ സെക്രട്ടറി ഗോർബച്ചേവ് ചെയ്ത പ്രസംഗം തൊട്ട് സി പി ഐ (എം) ന്റെ സെൻട്രൽ കമ്മിറ്റി പലവട്ടം നടത്തിയ ചർച്ചയുടെ സമാപനമായിരുന്നുതാനും"(ഇ എം എസ്).തൊഴിലാളി വർഗസർവാധി പത്യത്തിന്റെ അനുപേക്ഷണീയ ഘടകങ്ങളായ തൊഴിലാളി വർഗജനാ ധിപത്യം,ഉൾപാർട്ടി ജനാധിപത്യം,തൊഴിലാളി- കർഷകസമര സഖ്യം,

സോവിയറ്റ് യൂണിയനിലെ വിവിധ ദേശീയ ജനവിഭാഗങ്ങളുടെ ദേശീ യസമത്വം നിലനിർത്തൽ എന്നിവ ഉപേക്ഷിക്കപ്പെട്ടതും സാമ്രാജ്യാധി പത്യത്തിന്റെ ആക്രമണങ്ങളെ നേരിടാൻ സൈനികസന്നാഹങ്ങൾ നട ത്തേണ്ടിവന്നതിനാൽ ജനങ്ങളുടെ ജീവിത സാമഗ്രികൾ ഉൽപ്പാദിപ്പി ക്കുന്ന സാമ്പത്തികമേഖല ദുർബലമായതും മറ്റും സോഷ്യലിസ്റ്റ് ഭര ണകൂടങ്ങളുടെ തകർച്ചക്കുള്ള കാരണമായി പ്രമേയം ചൂണ്ടിക്കാട്ടി. ഇഎം എസ് എഴുതി:

നേരത്തെ സോവിയറ്റ് നേതൃത്വത്തിൽ പ്രകടമായിരുന്ന സെക്ടേറിയനിസത്തിനു പകരം ക്രുഷ്ശേവ് തൊട്ട് ഗോർബച്ചേവ് വരെയുള്ള നേതാക്കൾ വരുത്തിയത് തനി റിവിഷനിസമാണ്. ഇതാണ് സോവിയറ്റ് യൂണിയന്റെയും കിഴക്കൻയൂറോപ്യൻ രാജ്യ ങ്ങളിലെയും തിരിച്ചടിക്കുകാരണം. ഇതിൽ നിന്ന് പാർട്ടി ചെന്നെ ത്തിയ നിഗമനമാകട്ടെ റിവിഷനിസവും സെക്ടേറിയനിസവും പ രസ്പരവിരുദ്ധമല്ല, പരസ്പരപൂരകമാണ് എന്ന ലെനിനിസ്റ്റ്സത്യം കൂടുതൽ ഉറച്ചരീതിയിൽ പുറത്തുവന്നുവെന്നതാണ് താനും *(സോ ഷ്യലിസത്തിലേക്കുള ഇന്ത്യൻ പാത)*

പതിമൂന്നാം കോൺഗ്രസിന് ശേഷം ദേശീയരംഗത്ത് നടന്ന ഏറ്റവും പ്രധാന സംഭവമായിരുന്നു 1989 ലെ ലോകസഭാതിരഞ്ഞെടുപ്പ്. സ്വേച്ഛാ ധിപത്യത്തിലേക്കുള്ള കോൺഗ്രസിന്റെ നീക്കത്തിന്റെയും വർഗീയവിഘ ടന ശക്തികൾ ദേശീയഐക്യത്തിന് നേരെ ഉയർത്തിയ ഗുരുതരമായ ഭീഷണിയുടെയും പശ്ചാത്തലത്തിലാണ് തിരഞ്ഞെടുപ്പ് നടന്നത്. പുതു തായി രൂപം കൊണ്ട പ്രതിപക്ഷകക്ഷിയായ ജനതാദളിനും ദേശീയ മുന്ന ണിക്കും പിന്തുണ നൽകാൻ സി പി ഐ (എം) ഉം ഇടതുപക്ഷകക്ഷി കളും തീരുമാനിച്ചു. കോൺഗ്രസിനെ പരാജയപ്പെടുത്തുക, വർഗീയ ശക്തികളെ ഒറ്റപ്പെടുത്തുക– ഇതായിരുന്നു പാർട്ടിയുടെ തിരഞ്ഞെടുപ്പു നയം.

രാമജന്മഭൂമി –ബാബറി മസ്ജിദ് തർക്കത്തിന്റെ പേരിൽ ആർ എസ് എസ് –ബി ജെ പി–വി എച്ച് പി കൂട്ടുകെട്ട് അഴിച്ചുവിട്ട പ്രചാരണപര മായആക്രമണം ജനാധിപത്യപ്രസ്ഥാനത്തിനു പൊതുവെയും രാജ്യ ത്തിന്റെ ഐക്യത്തിനുതന്നെയും ഗുരുതരമായ ഭീഷണി ഉയർത്തുകയാ യിരുന്നു. തിരഞ്ഞെടുപ്പിൽ ബി ജെ പിയുമായി കൂട്ടുകൂടരുതെന്ന് ജന താദളിനെ ബോധ്യപ്പെടുത്താൻ സി പി ഐ (എം) ശ്രമിച്ചു. കോൺഗ്ര സിനെ പരാജയപ്പെടുത്താനും വർഗീയശക്തികളെ ഒറ്റപ്പെടുത്താനും ഇട തുപക്ഷ– മതനിരപേക്ഷ കക്ഷികളുടെ ഐക്യനിരയുണ്ടാക്കാൻ പാർട്ടി പരിശ്രമിച്ചു.തിരഞ്ഞെടുപ്പിൽ കോൺഗ്രസിന് കനത്ത പരാജയം. എങ്കിലും ഒരു പാർട്ടിക്കും കേവലഭൂരിപക്ഷം കിട്ടിയില്ല. ബി ജെ പിയാകട്ടെ സീറ്റു കളുടെ കാര്യത്തിൽ നീക്കുപോക്കുവരുത്തിയുംകോൺഗ്രസ് വിരുദ്ധ വികാരം മുതലെടുത്തും 86 സീറ്റ് കരസ്ഥമാക്കി. കോൺഗ്രസിനെ ഒറ്റ പ്പെടുത്തേണ്ടത് ജനവിധിയുടെ ആവശ്യം, ബി ജെ പിക്ക് പങ്കുള്ള ഒരു

ഗവൺമെൻറ് അധികാരത്തിൽ വരാനും പാടില്ല. ഈ സാഹചര്യത്തിൽ പുറത്തുനിന്ന് ദേശീയമുന്നണി ഗവൺമെൻറ്റിന് പിന്തുണ നൽകാൻ പാർട്ടിയും ഇടതുപക്ഷപാർട്ടികളും തീരുമാനിച്ചു. ബിജെപിയും ആ ഗവൺമെൻറിന് പുറത്തുനിന്ന് പിന്തുണ നൽകി. അതേസമയം ഗവൺമെന്റ് ദേശീയ മുന്നണിയുടെ പരിപാടി നടപ്പാക്കണമെന്ന് പാർട്ടി ആവശ്യപ്പെട്ടു. ബാബറി മസ്ജിദ് –രാമജന്മഭൂമി പ്രശ്നത്തിൽ വർഗീയതയുമായി സന്ധിയില്ലാത്ത നിലപാട് സ്വികരിച്ചത് ആ ഗവൺമെന്റിന്റെ പതനത്തിനിടയാക്കി. അപ്പോൾ കോൺഗ്രസ് നിർലജ്ജം ജനതാദളിൽ നിന്ന് കൂറുമാറ്റം സംഘടിപ്പിച്ചു. ആ പാർട്ടിയിൽ നിന്നും പുറത്തുകടന്ന പിളർപ്പൻ ഗ്രൂപ്പിന്റെ ന്യൂന പക്ഷഗവൺമെന്റിനെ അവർ പിന്തുണച്ചു. ഇതിനിടയിൽ വടക്കേ ഇന്ത്യ യിലെ ചില സംസ്ഥാനങ്ങളിൽ ബി ജെ പി അധികാരം പിടിച്ചെടുത്തു.

രാജീവ്ഗാന്ധി വധിക്കപ്പെട്ട പശ്ചാത്തലത്തിൽ 1991 ൽ നടന്ന തിര ഞ്ഞെടുപ്പിൽ കേവലഭൂരിപക്ഷം കിട്ടിയില്ലെങ്കിലും കോൺഗ്രസ് ഗവൺ മെന്റ് രൂപീകരിച്ചു. തുടർന്ന് കാലുമാറ്റം സംഘടിപ്പിച്ചു ഭൂരിപക്ഷമുണ്ടാ ക്കിയെടുത്തത് കുപ്രസിദ്ധം. നരസിംഹറാവുവിന്റെ ഗവൺമെന്റാകട്ടെ ആഗോളവൽക്കരണ– ഉദാരവൽക്കരണ – സ്വകാര്യവൽക്കരണനയം നട പ്പാക്കാൻ തുടങ്ങി. ഈ പശ്ചത്തലത്തിൽ നടന്ന പതിനാലാം കോൺഗ്രസ് പുതിയ സാമ്പത്തികനയം ജനങ്ങളുടെ ദുരിതം വിവരണാതീതമായ തര ത്തിൽ വർധിപ്പിക്കുമെന്നും സമ്പദ്ഘടനയ്ക്ക് അത് കടുത്ത ആഘാത മേൽപ്പിക്കുമെന്നതുകൊണ്ട് പാർട്ടിയും ഇടതുപക്ഷവുംഈ നയങ്ങൾക്കും അവയുടെ പ്രത്യാഘാതങ്ങൾക്കുമെതിരെ വിവിധ ബഹുജനസമര ങ്ങൾക്ക് നേതൃത്വം നൽകണമെന്നും ആഹ്വാനം ചെയ്തു. ഇതൊടൊപ്പം രാജ്യത്തിന്റെ ഐക്യം നേരിടുന്നഭീഷണികളെയും ജനങ്ങളുടെ ഐക്യ ത്തിന്റെ കടപുഴക്കാൻ ശ്രമിക്കുന്ന വർഗീയ – വിഘടനവാദ അപകടങ്ങ ളെയും പരാജയപ്പെടുത്താനുള്ള സമരങ്ങൾ നടത്തേണ്ടതിന്റെ പ്രാധാ ന്യം കോൺഗ്രസ് ചൂണ്ടിക്കാട്ടുകയും ചെയ്തു.

പതിനാലാംകോൺഗ്രസ് ചൂണ്ടിക്കാണിച്ച വഴിക്കാണ് അനന്തരസം ഭവങ്ങൾ നീങ്ങിയത്. റാവു ഗവൺമെന്റ് പിന്തുടർന്ന സാമ്പത്തികനയം നമ്മുടെ സാമ്പത്തിക പരമാധികാരത്തിനുമേൽ ഗുരുതരവും അഭൂത പൂർവവുമായ ഭീഷണി ഉയർത്തി. സമ്പദ് വ്യവസ്ഥയുടെ വിവിധ മേഖ ലകൾ ഗവൺമെന്റ് വിദേശഫൈനാൻസ് മൂലധനത്തിന് തുറന്നുകൊടു ത്തു. സമ്പദ്‌വ്യവസ്ഥയുടെ മേലുണ്ടായിരുന്ന നിയന്ത്രണങ്ങൾ എടു ത്തുകളഞ്ഞത് ഇന്ത്യൻ കുത്തകകൾക്കും വലിയ നേട്ടമായി. പൊതു മേഖല പൊളിച്ചുമാറ്റുന്നതിന് തുടക്കം കുറിക്കപ്പെട്ടു. ഈ നയം തൊഴി ലാളിവർഗത്തിന്റെയും മറ്റ് അധ്വാനിക്കുന്ന ജനവിഭാഗങ്ങളുടെയും മേൽവ ലിയ ആക്രമണമാണ് നടത്തിയത്. അതിനാൽ അതിനെതിരായ ചെറു ത്തുനിൽപ്പും ശക്തിപ്പെട്ടു.

വർഗീയശക്തികളിൽ നിന്നുയർന്നുവരുന്ന ആപത്തിനെതിരെ 14–ാം കോൺഗ്രസിൽ നൽകിയ മുന്നറിയിപ്പ് ശരിയാണെന്നു തെളിഞ്ഞു. 1992

പതിനാറാം പാർട്ടി കോൺഗ്രസ് കൊൽക്കത്തയിൽ

ഡിസംബർ 6 ന് ബാബറി മസ്ജിദ് പൊളിച്ചുമാറ്റപ്പെട്ടതും അത് വ്യാപ കമായ തോതിൽ വർഗീയ ലഹളകൾ കെട്ടഴിച്ചുവിട്ടതും മതനിരപേക്ഷ മൂല്യങ്ങൾക്കുനേരെയുള്ള കടുത്ത ആക്രമണമായി. അതിനാൽ വർഗീ യതക്കെതിരെ പാർട്ടി വ്യാപകമായ ക്യാമ്പെയ്ൻ നടത്തി. അത് തുടർന്നു നടത്താൻ ചണ്ഡീഗറിൽ നടന്ന 15-ാം കോൺഗ്രസ് ആഹ്വാനം നൽകി.

സാമ്പത്തിക നയത്തിനെതിരായ സമരങ്ങൾക്കും വർഗീയതക്കെ തിരായ ക്യാമ്പെയ്നുകൾക്കുമിടയിൽ 1996ൽ തിരഞ്ഞെടുപ്പ്വന്നു. ആ തിര ഞ്ഞെടുപ്പിൽ കോൺഗ്രസിനെ പരാജയപ്പെടുത്തുക, ബി ജെ പിയെ അധി കാരത്തിൽവരാൻ അനുവദിക്കാതിരിക്കുക എന്ന കാഴ്ചപ്പാടോടെ ഒരു മൂന്നാം മുന്നണി രൂപപ്പെടുത്തിയാണ് പാർട്ടി തിരഞ്ഞെടുപ്പിൽ മത്സരിച്ച ത്. തിരഞ്ഞെടുപ്പിനുശേഷം 13 പാർട്ടികളുടെ ഐക്യമുന്നണിയും അതിന്റെ ഗവൺമെൻറും നിലവിൽവന്നു. പാർട്ടി ആ മുന്നണിയിൽ പങ്കാളിയായെങ്കിലും ഗവൺമെന്റിൽ പങ്കാളിയായില്ല. ഈ പ്രശ്നത്തിൽ പാർട്ടിക്കകത്ത് അഭിപ്രായവ്യത്യാസം. പാർട്ടി ഗവൺമെൻറിൽ പങ്കാളി യാവേണ്ടിയിരുന്നു എന്നൊരഭിപ്രായം പൊന്തിവന്നുവെങ്കിലും ആ അഭി പ്രായം ഭൂരിപക്ഷത്തോടെ കേന്ദ്രക്കമ്മിറ്റി തള്ളി. കേന്ദ്രക്കമ്മിറ്റിയുടെ നില പാടിനാവട്ടെ, 1998 ഒക്ടോബറിൽ കൽക്കത്തയിൽ ചേർന്ന പതിനാറാം കോൺഗ്രസ് അംഗീകാരവും നൽകി.

തിരഞ്ഞെടുപ്പ് അനുഭവത്തിന്റെ വെളിച്ചത്തിൽ താഴെ പറയുന്ന കട മകൾ പാർട്ടിയുടെ കേന്ദ്രക്കമ്മിറ്റി ആവിഷ്കരിച്ചു.

1. പതിനഞ്ചാം കോൺഗ്രസിന്റെ രാഷ്ട്രീയപ്രമേയം ആവിഷ്ക രിച്ച ഇടതുപക്ഷ – ജനാധിപത്യ പരിപാടിയിലെ അവകാശപത്രികയെ അടിസ്ഥാനമാക്കി സ്വതന്ത്രമായ പ്രക്ഷോഭങ്ങളും സമരങ്ങളും വളർത്തി

കൊണ്ടുവരിക. അതേ സമയം അധ്വാനിക്കുന്ന ജനങ്ങളുടെ വിവിധ വിഭാ ഗങ്ങളുടെ സാമ്പത്തികാവശ്യങ്ങളെ മുൻനിർത്തിയും ആപൽക്കരമായ സാമ്പത്തിക നയങ്ങൾക്കെതിരെയും യോജിച്ച സമരങ്ങൾ ശക്തിപ്പെടു ത്തുക.

2. വർഗീയതക്കെതിരായ ജനകീയഅണിചേരൽ ദൃഢീകരിക്കു കയും വർഗീയ – വിഘടന പ്രത്യയശാസ്ത്രത്തിനെതിരായ പോരാട്ടം ശക്തിപ്പെടുത്തുകയും ചെയ്യുക.

ആ കടമകൾ തുടർന്നുള്ള നാളുകളിൽ പാർട്ടി നിറവേറ്റി.

ഗത്യന്തരമില്ലാത്തതിനാൽ കോൺഗ്രസ് ഐക്യ മുന്നണി ഗവൺമെന്റിന് വെളിയിൽ നിന്ന് പിന്തുണ നൽകി. എങ്കിലും ഗവൺമെ ന്റിന്റെ സുഗമമായ പ്രവർത്തനത്തിന് മുമ്പിൽ പ്രശ്നങ്ങൾ സൃഷ്ടിച്ചു കൊണ്ടിരുന്നു. ഗവൺമെന്റിൽ പങ്കാളിയാവാൻ അത് ശ്രമിച്ചുനോക്കി. അഴിമതിക്കാരായ തങ്ങളുടെ നേതാക്കളെ സംരക്ഷിക്കാൻ ആവശ്യപ്പെ ട്ടു. അവസാനം പ്രധാനമന്ത്രിയെത്തന്നെ മാറ്റണമെന്ന ആവശ്യവുമായി രംഗത്തുവന്നു.അങ്ങനെയാണ് ദേവഗൗഡക്കുപകരം ഗുജറാൾ പ്രധാന മന്ത്രിയായത്. ആ ഗവൺമെന്റിനും അധികകാലം തുടരാനായി ല്ല.കോൺഗ്രസ് ആ ഗവൺമെന്റിനുള്ള പിന്തുണ പിൻവലിച്ചതോടെ ആ ഗവൺമെന്റും തകർന്നു. അങ്ങനെ 1998 ൽ രാജ്യത്തെ ജനങ്ങളുടെ തല യിൽ ആ പാർട്ടി മറ്റൊരു തിരഞ്ഞെടുപ്പ് അടിച്ചേൽപ്പിച്ചു.

1998 ൽ നടന്ന തിരഞ്ഞെടുപ്പിൽ 180 സീറ്റും 25.7 ശതമാനം വോട്ടും കരസ്ഥമാക്കാൻ ബി ജെ പിക്ക് കഴിഞ്ഞു. എ ഐ എ ഡി എം കെ , സമതാപാർട്ടി, തൃണമൂൽ കോൺഗ്രസ് തുടങ്ങിയ പാർട്ടികളുടെ പങ്കാ ളിത്തത്തോടെ അത് ഗവൺമെന്റ് രൂപീകരിച്ചു. 1996 ലെ തിരഞ്ഞെടു പ്പിൽ 170 സീറ്റുണ്ടായിരുന്ന ഐക്യമുന്നണിക്ക് 1998 ൽ 99 സീറ്റ് മാത്രമേ കിട്ടിയുള്ളു. വാജ്പേയിയുടെ നേതൃത്വത്തിൽ അധികാരത്തിൽ വന്ന ഗവൺമെന്റ് ഉദാരവൽക്കരണ- സ്വകാര്യവൽക്കരണ- ആഗോളവൽക്ക രണ നയം ഊർജിതമായി നടപ്പാക്കാൻ തുടങ്ങി. അതോടൊപ്പം സമസ്ത മേഖലകളിലും വർഗീയവൽക്കരണപ്രവണത ശക്തിപ്പെട്ടു. വിദ്യാഭ്യാസ മേഖലയെ കാവിപുതപ്പിക്കാനും ശ്രമം നടന്നു. അമിതാധികാര പ്രവണത പ്രകടമായി. ഇതിനൊക്കെ എതിരായ ചെറുത്തുനിൽപ്പും ശക്തിപ്പെട്ടു എന്നു പറയേണ്ടതുണ്ട്. ഇപ്രകാരം 15-ാം കോൺഗ്രസിനുശേഷമുണ്ടായ സ്ഥിതിഗതികൾ 16-ാം കോൺഗ്രസ് വിലയിരുത്തി. മതനിരപേക്ഷതക്കും ജനാധിപത്യവ്യവസ്ഥക്കും ഗുരുതരമായ ആപത്താണ് ഇവർ സൃഷ്ടി ക്കുന്നതെന്ന് കോൺഗ്രസ് അഭിപ്രായപ്പെട്ടു.ബി ജെപിയെ രാഷ്ട്രീയമായി നേരിടാനും അതിനെ അധികാരത്തിൽ നിന്ന് പുറന്തള്ളാനും എല്ലാ ജനാ ധിപത്യ മതനിരപേക്ഷ ശക്തികളെയും അണിനിരത്താൻ പാർട്ടിയും ഇട തുപക്ഷ ശക്തികളും മുൻകൈ എടുക്കണമെന്ന് കോൺഗ്രസ് ആഹ്വാ നം ചെയ്തു. അതോടൊപ്പം രാജ്യത്തെയും ജനങ്ങളെയും നശിപ്പിച്ചു കൊണ്ടിരിക്കുന്ന സാമ്പത്തികനയങ്ങൾക്കെതിരായ സമരംശക്തിപ്പെടു

ത്തണമെന്നും കോൺഗ്രസ് ആഹ്വാനം നൽകി. പാർട്ടിയുടെ ആശയപ
രവും രാഷ്ട്രീയവുമായ ഉള്ളടക്കം ശക്തിപ്പെടുത്താനും പാർട്ടി പ്രസി
ദ്ധീകരണങ്ങളുടെ സർക്കുലേഷൻ വർധിപ്പിക്കാനും കോൺഗ്രസ് തീരു
മാനിച്ചു. 7-ാം കോൺഗ്രസ് അംഗീകരിച്ച പാർട്ടി പരിപാടി കാലോചിത
മായി പുതുക്കാൻ ആവശ്യമായ സംവിധാനമുണ്ടാക്കുന്നതിന് 15-ാം
കോൺഗ്രസ് പുതിയ കേന്ദ്രക്കമ്മിറ്റിയെ അധികാരപ്പെടുത്തി. തുടർന്ന്
സി സി അതിനായി 6 അംഗങ്ങളടങ്ങിയ ഒരു കമീഷനെ നിയോഗിച്ചു.
1999 അവസാനമാകുമ്പോഴേക്ക് കാലോചിതമായി പുതുക്കുന്ന പരിപാടി
പുറത്തിറക്കണമെന്ന് തീരുമാനിച്ചു. ഇതിനായി ഒരുപ്രത്യേക സമ്മേളനം
വിളിച്ചുകൂട്ടാൻ 16-ാം കോൺഗ്രസ് പുതിയ കേന്ദ്രക്കമ്മിറ്റിയെ അധികാ
രപ്പെടുത്തി.

16-ാം കോൺഗ്രസ് ആയപ്പോഴേക്ക് പാർട്ടിയിലെ അംഗസംഖ്യ
7,17,645. പാർട്ടി അംഗങ്ങൾ, സജീവമായി പ്രവർത്തിക്കുന്ന തൊഴിലാളി
കൾ, കൃഷിക്കാർ, കർഷകതൊഴിലാളികൾ, വിദ്യാർഥികൾ, യുവാക്കൾ,
മഹിളകൾ എന്നീ വിഭാഗങ്ങളുടെ വർഗബഹുജന സംഘടനകളിലെ
അംഗസംഖ്യ 1994 നും 1997 നുമിടയിൽ 323 ലക്ഷത്തിൽ നിന്ന് 372 ലക്ഷ
മായി വർധിച്ചു.

13

പതിനേഴാം കോണ്‍ഗ്രസും അതിനുശേഷവും

പതിനാറാം കോണ്‍ഗ്രസിന്റെ തീരുമാനപ്രകാരം 2000 ഒക്ടോബര്‍ 20 മുതല്‍ 23 വരെ തിരുവനന്തപുരത്തുചേര്‍ന്ന പ്രത്യേകസമ്മേളനം 1964 ല്‍ അംഗീകരിച്ച സി പി ഐ (എം) പരിപാടി പുതുക്കി. ആ പരിപാടിയെ സ്വാധീനിച്ച,1960 ല്‍ 81 കമ്മ്യൂണിസ്റ്റുപാര്‍ട്ടികളും തൊഴിലാളി പാര്‍ട്ടികളും അംഗീകരിച്ച പ്രഖ്യാപനത്തില്‍ നടത്തിയ വിശകലനത്തിലെ പിശക്, ദേശീയരംഗത്തുണ്ടായ വമ്പിച്ചമാറ്റം ഇവയാണ് പാര്‍ട്ടിപരിപാടി പുതു ക്കുന്നതിന് ഇടയാക്കിയത്. മുതലാളിത്തത്തിന്റെ തകര്‍ച്ച ഒരു സാധ്യത എന്ന നിലയില്‍ അടുത്തെത്തിക്കഴിഞ്ഞിരിക്കിന്നു എന്നതാണ് 1960 ലെ പ്രഖ്യാപനത്തിലെ ഗുരുതരമായ പിശകെങ്കില്‍ ഉദാരവല്‍ക്കരണ നടപ ടികള്‍, കോണ്‍ഗ്രസിന്റെ ഏകകക്ഷി മേധാവിത്വത്തിന്റെ ആന്ത്യം, വര്‍ഗീ യ– വിഘടന ശക്തികളുടെ വളര്‍ച്ചയും അവ ഉയര്‍ത്തിയ വെല്ലുവിളി

പതിനേഴാം പാര്‍ട്ടി കോണ്‍ഗ്രസിന്റെ സമാപന റാലി

കളും തുടങ്ങിയവയായിരുന്നു ദേശീയ രംഗത്തുണ്ടായ മാറ്റങ്ങൾ.

ഇതൊക്കെ കണക്കിലെടുത്ത് 1964 ലെ പരിപാടിയിലെ ആദ്യത്തെ മൂന്ന് അധ്യായങ്ങൾ– ഇന്ത്യദേശീയ സ്വാതന്ത്ര്യം കൈവരിക്കുന്നു, പാപ്പ രായമുതലാളിത്തമാർഗം കുത്തകകളുടെ വളർച്ചയിലേക്കുംപുത്തൻ കോളനിവൽക്കരണത്തിന്റെ ആപത്തിലേക്കും നയിക്കുന്നു,ബൂർഷ്വാ കാർഷിക നയങ്ങളുടെ ബാലൻസ്ഷീറ്റ് എന്നീ അധ്യായങ്ങൾ എടുത്ത മാറ്റി.അവയ്ക്കുപകരം ആമുഖം, സോഷ്യലിസം സമകാലീന ലോക ത്തിൽ, സ്വാതന്ത്ര്യവും അതിനുശേഷവും എന്നിങ്ങനെ മൂന്നധ്യായങ്ങൾ എഴുതിച്ചേർത്തു. പുതുക്കിയ പരിപാടിയിൽ എട്ട് അധ്യായങ്ങളാണ് ഉള്ള ത്. അവയുടെ ഉള്ളടക്കത്തിലേക്ക് ഇവിടെ കടക്കുന്നില്ല.

1998 ഒക്ടോബറിൽ പതിനാറാംകോൺഗ്രസ് നടന്നതിനുശേഷം മധ്യപ്രദേശ്, രാജസ്ഥാൻ, ഡെൽഹി, മിസോറാം എന്നിങ്ങനെ നാല് സംസ്ഥാനങ്ങളിലെ നിയമസഭകളിലേക്ക് തിരഞ്ഞെടുപ്പുനടന്നു. ആദ്യം പറഞ്ഞ മൂന്നുസംസ്ഥാനങ്ങളിൽ കോൺഗ്രസും ബി ജെ പിയുമാണ് പ്ര ധാന രാഷ്ട്രീയ ശക്തികൾ. ഈ സംസ്ഥാനങ്ങളിലെ ഏതാനും സീറ്റു കളിൽ മത്സരിക്കാനും ബി ജെ പിയെ പരാജയപ്പെടുത്താൻ ആഹ്വാനം ചെയ്ത് ക്യാമ്പെയ്ൻ നടത്താനും പാർട്ടി തീരുമാനിച്ചു. ബി ജെ പിക്ക് കനത്ത പ്രഹരമാണ് ഏൽക്കേണ്ടിവന്നത്. സ്വന്തം ശക്തികേന്ദ്രങ്ങളിലെ ബി ജെ പിയുടെ ഈ പരാജയം കേന്ദ്രത്തിലെ കൂട്ടുകക്ഷി ഗവൺമെന്റി നകത്തെ സംഘട്ടനങ്ങൾ മൂർഛിപ്പിക്കുകയും അത് 1999 ഏപ്രിലിൽ ഗവൺമെന്റിന്റെ പതനത്തിനുതന്നെ വഴിവെക്കുകയും ചെയ്തു.

വാജ്പേയിഗവൺമെന്റിന്റെ പതനത്തിനുശേഷം ഒരു ബദൽ ഗവൺമെന്റ് രൂപീകരിക്കുന്ന പ്രശ്നത്തിൽ പ്രതിപക്ഷ പാർട്ടികൾക്കിട യിൽ അഭിപ്രായവ്യത്യാസം. ബി ജെ പിയെ ഭരണത്തിന്റെ പുറത്തു നിർത്താൻ കോൺഗ്രസ് നേതൃത്വത്തിലുള്ള ഗവൺമെന്റിന് പുറത്തുനിന്ന് പിന്തുണനൽകാനും അതിനായി കൂടെ നിൽക്കുന്ന പാർട്ടികളുടെ പിന്തുണസമാഹരിക്കാനും പാർട്ടി നിശ്ചയിച്ചു. ഇടതുപക്ഷ പാർട്ടികൾക്കി ടയിൽപോലും പ്രത്യക്ഷപ്പെട്ടു ഇക്കതാര്യത്തിൽ അഭിപ്രായവ്യത്യാസം. എങ്കിലും ബദൽ ഗവൺമെന്റ് രൂപീകരിക്കാൻ കഴിയാതെപോയതിനു പ്രധാന കാരണം സമാജ്വാദിപാർട്ടിയുടെ മർക്കടമുഷ്ടി. ആർ എസ് പിയും ഫോർവേഡ് ബ്ലോക്കും അവരോടൊപ്പം ചേർന്നു.

ഈ സാഹചര്യത്തിൽ രാജ്യം മറ്റൊരു തിരഞ്ഞെടുപ്പിലേക്ക് നീങ്ങി. 1999 ഒക്ടോബറിൽ നടന്ന 13-ാമത് ലോകസഭാ തിരഞ്ഞെടുപ്പിൽ ബി ജെ പിയെ പരാജയപ്പെടുത്താനും ഇടതുപക്ഷത്തിന്റെ ശക്തി വർധിപ്പി ക്കുന്നതിനുമുള്ള ഒരു തിരഞ്ഞെടുപ്പുതന്ത്രം പാർട്ടി ആവിഷ്കരിച്ചു. ബി ജെ പിക്കെതിരെ എതിർപ്പിന്റെ കുന്തമുനതിരിച്ചുവെക്കുന്നതോടൊപ്പം കോൺഗ്രസിന്റെ രാഷ്ട്രീയത്തെയും നയങ്ങളെയും എതിർക്കണമെന്നും ഒരു മൂന്നാം ബദൽശക്തിയുടെ ആവശ്യകത ഉയർത്തിപ്പിടിക്കണമെന്നും തീരുമാനിച്ചു. അധ്വാനിക്കുന്ന എല്ലാ ജനവിഭാഗങ്ങളെയും ആകർഷി ക്കാൻ ബദൽ നയത്തിനുവേണ്ടി വാദിക്കണമെന്നും നിശ്ചയിച്ചു.

തിരഞ്ഞെടുപ്പിൽ , പക്ഷെ ബി ജെ പി നേതൃത്വത്തിലുള്ള സഖ്യം ഭൂരി

പക്ഷം കരസ്ഥമാക്കുകയും അധികാരത്തിൽ തിരിച്ചെത്തുകയും ചെയ്തു. ഇത് ജനാധിപത്യ– മതനിരപേക്ഷശക്തികൾക്കേറ്റ തിരിച്ചടിയായി പാർട്ടി കണക്കാക്കി. അതിന് അഞ്ചുകാരണങ്ങൾ പാർട്ടി കണ്ടെത്തി. അവ ചുവടെ:

(1) 1999 ഏപ്രിലിൽ വാജ്പേയി ഗവൺമെന്റിന്റെ തകർച്ചക്കുശേഷം ഒരു ബദൽ ഗവൺമെൻറ് രൂപീകരിക്കുന്നതിലെ പരാജയം.

(2) കാർഗിൽ യുദ്ധം.

(3) ബി ജെ പി ഊട്ടിയുണ്ടാക്കിയ വിപുലമായ സഖ്യം.

(4) എൻസി പി രൂപീകരണത്തിനിടയാക്കിയ കോൺഗ്രസിലെ പിളർപ്പും സോണിയാഗാന്ധിയുടെ വിദേശപൗരത്വത്തിനെതിരെ ബി ജെ പി നടത്തിയ പ്രചാരണവും.

(5) ദേശീയ തലത്തിൽ പ്രവർത്തനക്ഷമമായ മൂന്നാം ബദൽ ശക്തി ഉയർത്തിക്കാണിക്കുന്നതിലുണ്ടായ പരാജയം.

ബി ജെ പി അധികാരത്തിൽ തിരിച്ചുവരുന്നതിന് വൻകിട ബൂർഷ്വാ സിയും സാമ്രാജ്യത്വവും പരസ്യമായി അനുകൂലമായിരുന്നുവെന്ന് പാർട്ടി നിരീക്ഷിച്ചു. ശക്തമായ മൂന്നുസംസ്ഥാനങ്ങൾക്കുപുറത്ത് പാർട്ടിയും ബഹുജനസംഘടനകളും നടത്തിയ പ്രവർത്തനങ്ങൾക്ക് ആനുപാതിക മായി സ്വന്തം സാധീനം വ്യാപിപ്പിക്കാൻ സാധിച്ചിട്ടില്ലെന്ന് പാർട്ടി വിലയി രുത്തി. സി പി ഐ (എം) 33 സീറ്റിൽ വിജയിച്ചു. 5.4 ശതമാനം വോട്ടും കിട്ടി. ഇത് 1998 നെ അപേക്ഷിച്ച് ഒരുസീറ്റും 0.2 ശതമാനം വോട്ടുംമാത്രം കൂടുതൽ. എന്നാൽ ഇടതുപക്ഷത്തിന്റെ മൊത്തം സീറ്റ് 1998 ലെ 48 നെ അപേക്ഷിച്ച് അഞ്ചെണ്ണം കുറഞ്ഞുപോയി.

വാജ്പേയി നേതൃത്വത്തിലുള്ള എൻ ഡി എ ഗവൺമെന്റ് ആഗോ ളവൽക്കരണനയം ഊർജിതമായി നടപ്പാക്കാനും വിദ്യാഭ്യാസമേഖല യെയും ഭരണരംഗത്തെയും കാവിപുതപ്പിക്കാനും ഇന്ത്യയെ അമേരിക്കൻ പക്ഷത്തേക്ക് ആനയിക്കാനും തീവ്രശ്രമം നടത്തി. അതിനെതിരെ രാജ്യ വ്യാപകമായി ബഹുജനസമരങ്ങൾ. 16ഉം 17 ഉം കോൺഗ്രസുകൾക്കിട യിൽ രണ്ട് പൊതുപണിമുടക്കുകൾ. അതിലൊന്ന് ബഹുജനസംഘടന കളുടെ ദേശീയവേദിയുടെ ആഭിമുഖ്യത്തിൽ. മിക്ക സംസ്ഥാനങ്ങളിലും വ്യവസായ തൊഴിലാളികൾ ജോലിക്കു ഹാജരായില്ലെന്നത് ഈ പണി മുടക്കിന്റെ സവിശേഷത. രണ്ടാമത്തെ പണിമുടക്ക് ദേശീയവേദിയുടെ തന്നെ ആഭിമുഖ്യത്തിൽ 2000 മെയ് 11 ന് നടന്നത്. ബി ജെ പി നേതൃത്വ ത്തിലുള്ള ഗവൺമെന്റിന്റെ നയങ്ങൾക്കെതിരായിട്ടായിരുന്നു പണിമുട ക്ക്. ഇവയ്ക്കുപുറമെ കൽക്കരി ഖനിത്തൊഴിലാളികളുടെ മൂന്നുദിവസം നീണ്ടുനിന്ന പണിമുടക്ക്, 2001 ൽ നടന്ന കേന്ദ്ര– സംസ്ഥാന ഗവൺമെ ൻറ് ജീവനക്കാരുടെ പണിമുടക്ക്, ഇൻഷ്വുറൻസ് ജീവനക്കാരുടെ പണി മുടക്ക് തുടങ്ങി ഒട്ടേറെ തൊഴിലാളിവർഗ പണിമുടക്കുകൾ നടന്നു. കർഷക പ്രക്ഷോഭങ്ങളും നടന്നു അനവധി. രാജ്യവ്യാപകമായി പടർന്നു പിടിച്ച ജനകീയ അസംതൃപ്തി കണക്കിലെടുത്ത് 2001 സെപ്തംബരിൽ ജനവിരുദ്ധ സാമ്പത്തിക നയങ്ങൾക്കും സാമ്രാജ്യത്വാനുകുലനിലപാടു കൾക്കും വിദ്യാഭ്യാസരംഗത്തെ വർഗീയവൽക്കരണത്തിനും ന്യൂനപക്ഷ

ങൾക്കുനേരെയുള്ള കടന്നാക്രമണങ്ങൾക്കും അഴിമതി ആരോപണ
ങ്ങൾക്കും എതിരെ രണ്ടാഴ്ചനീണ്ടുനിന്ന ക്യാമ്പെയ്ൻ സംഘടിപ്പിച്ചു.
അതിന്റെ അടുത്ത ഘട്ടം കേന്ദ്ര- സംസ്ഥാന ഓഫീസുകൾക്കുമുമ്പിൽ കൂട്ട
പിക്കറ്റിങ്. ഒട്ടേറെ സാമ്രാജ്യത്വ വിരുദ്ധ ക്യാമ്പെയ്നുകളും പാർട്ടി നടത്തി.

ഇതിനിടയിൽ 2005 മേയിൽ നാലുസംസ്ഥാനങ്ങളിലും കേന്ദ്രഭരണ
പ്രദേശത്തും നടന്ന തിരഞ്ഞെടുപ്പിൽ ബി ജെ പിക്കും സഖ്യശക്തി
കൾക്കും ഏറ്റ കനത്തപരാജയം എൻ ഡി എ ഗവൺമെന്റിന്റെ നയങ്ങ
ളിൽ ജനങ്ങൾക്കുള്ള അസംതൃപ്തിയുടെ പ്രതിഫലനമായിരുന്നു. പശ്ചി
മബംഗാളിൽ ഇടതുപക്ഷമുന്നണി തുടർച്ചയായി ആറാം തവണ വിജ
യിച്ചപ്പോൾ കേരളത്തിൽ എൽ ഡി എഫിന് പരാജയമേറ്റു.

പതിനേഴാം കോൺഗ്രസ് പാർട്ടിയുടെ രാഷ്ട്രീയ- അടവുപര
നയം ആവിഷ്കരിച്ചു. അതിൽ പറഞ്ഞു:

വരാൻ പോകുന്ന നാളുകളിലെ നിർണായകമായ കടമ ബി
ജെ പി ഗവൺമെന്റിനെ പരാജയപ്പെടുത്തുകയും ഒരു മതനിരപേ
ക്ഷ ജനാധിപത്യ ബദലിനുവേണ്ടി പ്രവർത്തിക്കുകയുമാണ്. ഇതി
നുവേണ്ടി ജനങ്ങളുടെ വിപുലവിഭാഗങ്ങളെയും എല്ലാ മതനിരപേ
ക്ഷ- ജനാധിപത്യ ശക്തികളെയും അണിനിരത്തേണ്ടിയിരിക്കുന്നു.

ഈ കടമ പൂർത്തിയാക്കുന്നത് ഇടതുപക്ഷ - ജനാധിപത്യ
ശക്തികളുടെ മുന്നേറ്റത്തിന് വഴിയൊരുക്കത്തക്കവിധത്തിലായി
രിക്കണം. ഇടതുപക്ഷത്തെ ഒന്നിപ്പിക്കുന്നതിനും എല്ലാ ജനാധി
പത്യ- ദേശാഭിമാനശക്തികളെയും അണിനിരത്തുന്നതിനുമുള്ള
ഈ സമരത്തിൽ സി പി ഐ (എം) നേതൃത്വപരമായ പങ്കുവഹി
ക്കണം. ഇടതുപക്ഷ- ജനാധിപത്യബദൽശക്തി വളർത്തിയെടു
ക്കുന്നതിനുള്ള സമരത്തിലൂടെ രാജ്യത്തിന് ഒരു പുതിയ പാത
കാണിച്ചുകൊടുക്കണം.

ഈ കടമ പൂർത്തിയാക്കാനുള്ള ശ്രമത്തിലാണ് പതിനേഴാംകോൺഗ്ര
സിനുശേഷം പാർട്ടി ഏർപ്പെട്ടത്. രാഷ്ട്രീയവും പ്രത്യയശാസ്ത്രപരവു
മായതലത്തിൽ വർഗീയശക്തികളെ ഒറ്റപ്പെടുത്താനുള്ള പ്രവർത്തന
ത്തിൽ പാർട്ടി മുഴുകി. ഗവൺമെന്റിന്റെ ഉദാരവൽക്കരണ-സ്വകാര്യവൽ
ക്കരണ നയങ്ങൾക്കെതിരെ ഊർജസ്വലമാംവിധം പൊരുതി. വാജ്പേയി
ഗവൺമെന്റിന്റെ സാമ്രാജ്യത്വാനുകൂലനയങ്ങളെ എതിർത്തു.

വർഗീയതക്കെതിരായ പോരാട്ടത്തിനും ബി ജെ പി നേതൃത്വത്തി
ലുള്ള സഖ്യത്തെ ഒറ്റപ്പെടുത്തുന്നതിനും പാർട്ടി മുൻഗണന നൽകി. ഗുജ
റാത്തിലെ വർഗീയ കലാപത്തിന്റെ സ്വഭാവം തുറന്നുകാട്ടാൻ മുന്നിട്ടിറ
ങ്ങിയ പാർട്ടി ദുരിതാശ്വാസപ്രവർത്തനങ്ങൾ സംഘടിപ്പിക്കുന്നതിന് മുന്നി
ട്ടിറങ്ങി. അയോധ്യയിലെ ബാബറിമസ്ജിദ് ഹിന്ദുക്കൾക്ക് ക്ഷേത്രംനിർ
മിക്കാൻ നൽകുന്നതിന് മുസ്ലീങ്ങളുടെമേൽ സമ്മർദം ചെലുത്താൻ കാഞ്ചി
ശങ്കരാചാര്യയെ മധ്യസ്ഥനാക്കുന്നതിനുള്ള വാജ്പേയി ഗവൺമെന്റിന്റെ
കള്ളക്കളിയെ പാർട്ടി എതിർത്തു. ഗാന്ധിനഗറിലെ സ്വാമിനാരായണക്ഷേ
ത്രത്തിനു നേരെ ഭീകരാക്രമണമുണ്ടാവുകയും അത് സാമുദായിക
സംഘർഷം പിടിമുറുക്കുന്നതിന് ഇടയാക്കുകയും ചെയ്തപ്പോൾ 2002

ഒക്ടോബർ 2 ന് പാർട്ടി സമുദായ സൗഹാർദ ദിനം ആചരിച്ചു. ബാബറി മസ്ജിദ് കേസിൽ അദ്വാനി, മുരളി മനോഹർ ജോഷി തുടങ്ങിയവർക്കെ തിരെ പുതിയ നോട്ടിഫിക്കേഷൻ ഇറക്കാതിരുന്ന മായാവതി ഗവൺമെന്റിനെ പാർട്ടി അപലപിച്ചു. വിദ്യാഭ്യാസമേഖലയെ കാവിവൽക്ക രിക്കാനുള്ള ഓരോ നീക്കത്തെയും തുറന്നുകാട്ടി. ഗോവധ പ്രശ്നത്തിൽ ബി ജെ പിയുമായി മത്സരിക്കുന്ന നയം മധ്യപ്രദേശിലെ ഗവൺമെന്റ് കൈക്കൊണ്ടപ്പോൾ കോൺഗ്രസിന്റെ വിട്ടുവീഴ്ചാ മനോഭാവത്തെ പാർട്ടി എതിർത്തു. രാജസ്ഥാനിലും മധ്യപ്രദേശിലും ത്രിശൂലം വിതരണം ചെയ്യു ന്നതുപോലുള്ള ആർ എസ് എസ് നിയന്ത്രിത സംഘടനകളുടെ പ്രകോ പനപരമായ നടപടികളെയും പാർട്ടി എതിർത്തു.

ബി ജെ പി ഗവൺമെന്റിന്റെ ആപൽക്കരമായ സാമ്പത്തിക നയ ങ്ങൾക്കെതിരായ ചെറുത്തുനിൽപ്പ് 17-ാം കോൺഗ്രസിനുശേഷം ശക്തി പ്പെടുത്തി. 17 ഉം18 ഉം കോൺഗ്രസുകൾക്കിടയിൽ രണ്ട് പണിമുടക്കുകൾ – 2003 മേയിലും 2004 ഫെബ്രുവരിയിലും. അവയിൽ വമ്പിച്ച ജനപങ്കാ ളിത്തമായിരുന്നു. പാർട്ടി 'പോട്ട'യെ ശക്തിയായി എതിർത്തു. അതിനെ തിരെ നിരന്തരം ക്യാമ്പെൻ നടത്തി. പണിമുടക്ക് നിരോധിച്ചുകൊണ്ടുള്ള സുപ്രീംകോടതി വിധിക്കെതിരെ പണിമുടക്കി പ്രതിഷേധിച്ചു. പണിമുട ക്കവകാശത്തിനായി വമ്പിച്ച ക്യാമ്പെൻസംഘടിപ്പിച്ചു. രാജ്യസഭാ തിര ഞ്ഞെടുപ്പിന്റെ നടപടിക്രമം മാറ്റാനുള്ള ബി ജെ പി ഗവൺമെന്റിന്റെ തീരുമാനത്തെ എതിർത്തു. 356-ാം വകുപ്പ് ദുരുപയോഗം ചെയ്യുകയില്ലെന്ന തിനുറപ്പുവരുത്താൻ അതിൽ മാറ്റം വരുത്തിക്കുന്നതിന് പാർട്ടി പരിശ്രമിച്ചു.

2003 ഡിസംബരിൽ നാലുനിയമസഭകളിലേക്കു നടന്ന തിരഞ്ഞെ ടുപ്പിൽ മൂന്നെണ്ണത്തിൽ–രാജസ്ഥാൻ, മധ്യപ്രദേശ്, ഛത്തീസ്ഗഡ്– ബി ജെ പി വിജയിച്ചു. രാജ്യത്തെ അന്തരീക്ഷം തങ്ങൾക്കനുകൂലമാണെന്ന തെറ്റായവിലയിരുത്തലിന്റെ അടിസ്ഥാനത്തിൽ തിരഞ്ഞെടുപ്പ് നേരത്തെ നടത്താൻ ബി ജെ പി തീരുമാനിച്ചു. ലോകസഭാ തിരഞ്ഞെടുപ്പിനോ ടൊപ്പം നടത്താൻ ആന്ധ്രാപ്രദേശിലെ നിയമസഭാ തിരഞ്ഞെടുപ്പ് തിര ഞ്ഞെടുപ്പ് കമീഷൻ നീട്ടിവെച്ചു.

ഈ പശ്ചാത്തലത്തിലാണ് 2004 ജനുവരിയിൽ ഹൈദരാബാദിൽ ചേർന്ന സി പി ഐ (എം) കേന്ദ്രക്കമ്മിറ്റിആസന്നമായ തിരഞ്ഞെടുപ്പിൽ കൈക്കൊള്ളേണ്ട നയം ആവിഷ്കരിച്ചത്. മൂന്നുലക്ഷ്യം പാർട്ടി ജനങ്ങ ളുടെ മുമ്പിൽ അവതരിപ്പിച്ചു.(1) ബി ജെ പിയെയും സഖ്യശക്തികളെയും പരാജയപ്പെടുത്തുക. (2) കേന്ദ്രത്തിൽ ഒരു മതനിരപേക്ഷ ഗവൺമെന്റ് രൂപീകരിക്കുക. (3) ലോകസഭയിൽ സി പി ഐ (എം) ന്റെയും ഇടതുപ ക്ഷത്തിന്റെയും പ്രാതിനിധ്യം വർധിപ്പിക്കുക.

ഈ മൂന്ന് ലക്ഷ്യങ്ങൾക്കുമുള്ള അംഗീകാരമായിരുന്നു തിരഞ്ഞെടുപ്പ് ഫലം. തിരഞ്ഞെടുപ്പിൽ ബി ജെപിക്ക് ജനങ്ങൾ കനത്ത പ്രഹരം നൽകി. കോൺഗ്രസിനും സഖ്യശക്തികൾക്കും ഭരിക്കാനുള്ള ഭൂരിപക്ഷം നൽകി യതുമില്ല. 65 അംഗങ്ങളടങ്ങിയ ഇടതുപക്ഷത്തിന്റെ പിന്തുണയുണ്ടെങ്കിൽ കോൺഗ്രസിനും സഖ്യശക്തികൾക്കും ബിജെ പി ഇതര ഗവൺമെന്റ് രൂപീകരിക്കാം. ഈ സാഹചര്യത്തിൽ ബി ജെ പിയെ അധികാരത്തിൽ

നിന്നുമാറ്റി നിർത്താൻ കോൺഗ്രസ് നേതൃത്വത്തിലുള്ള ഗവൺമെന്റിന് പുറത്തുനിന്ന് പിന്തുണ നൽകാൻ ഇടതുപക്ഷം തീരുമാനിച്ചു. പാർട്ടി യുടെയും ഇടതുപക്ഷത്തിന്റെയും മേൽ ഗവൺമെന്റിൽ ചേരാൻ സമ്മർദ മുണ്ടായെങ്കിലും പാർട്ടിയോ ഇടതുപക്ഷമൊട്ടാകെയോ അതിന് വഴങ്ങിയില്ല.

ഇടതുപക്ഷം, ഐക്യപുരോഗമന സഖ്യം (യു പി എ) ഗവൺ മെന്റിന് പുറത്തുനിന്നാണെങ്കിലും നിരുപാധിക പിന്തുണ നൽകുകയാ യിരുന്നില്ല. ഒരുപൊതുമിനിമംപരിപാടിയുടെ അടിസ്ഥാനത്തിലായിരുന്നു പിന്തുണ. ആ മിനിമംപരിപാടി നടപ്പാക്കാൻ മൻമോഹൻസിങ്ങിന്റെ നേതൃത്വത്തിലുള്ള യു പി എ ഗവൺമെന്റ് പ്രതിജ്ഞാബദ്ധമാണ്.

'പോട്ട' പിൻവലിക്കുന്നതിനും ഉന്നത വിദ്യാഭ്യാസ സ്ഥാപനങ്ങളിൽ നിന്ന് ആർ എസ് എസുമായി ബന്ധപ്പെട്ട ചിലരെ പിൻവലിക്കുന്നതിനും 'തെഹൽക ടേപ്പ്' കേസിലെ അന്വേഷണ കമീഷൻ പിരിച്ചുവിട്ട് കേസ് സി ബി ഐ അന്വേഷണത്തിനായി വിട്ടുകൊടുക്കുന്നതിനും ആന്ധ്രാ റെയിൽവെ തീവേപ്പ് കേസിൽ ഒരു അന്വേഷണ കമീഷൻ രൂപീകരിക്കു ന്നതിനും പാർട്ടി പിന്തുണ നൽകി. ഇന്ത്യാ- പാക് സംവാദം പ്രോത്സാ ഹിപ്പിക്കുന്ന നടപടികൾക്കും പിന്തുണനൽകി. ഒട്ടേറെ നയപ്രശ്നങ്ങളെ വിമർശിക്കുകയും എതിർക്കുകയും ചെയ്തു. ടെലകോം, ഇൻഷുറൻസ്, ബേങ്കിങ്, മേഖലകളിലെ നേരിട്ടുള്ള വിദേശനിക്ഷേപ പരിധി വർധിപ്പി ക്കാനുള്ള നീക്കത്തെയും ലാഭകരമായി പ്രവർത്തിക്കുന്ന പൊതുമേ ഖലാസ്ഥാപനങ്ങൾ വിറ്റുതുലയ്ക്കാനുള്ള നീക്കത്തെയും നിശിതമായി എതിർത്തു.പേറ്റന്റ് ഭേദഗതി ഓർഡിനൻസും ബില്ലും, ഡീസൽ- പെട്രോൾ വില ആവർത്തിച്ച് വർധിപ്പിച്ചതും പാർട്ടി എതിർത്ത മറ്റു രണ്ടുനടപടികൾ.

ഇതിനിടയിലാണ് പാർട്ടിയുടെ പതിനെട്ടാം കോൺഗ്രസ് ഡെൽഹിയിൽ നടന്നത്. കോൺഗ്രസ് അംഗീകരിച്ച രാഷ്ട്രീയ പ്രമേയം വർത്തമാനകാലസ്ഥിതിഗതികളുടെ ഏഴ് സവിശേഷ സ്വഭാവത്തിന് അടി വയ്ക്കു. ലോക്സഭാ തിരഞ്ഞെടുപ്പിൽ ബി ജെ പി പരാജയപ്പെട്ടെങ്കിലും അതിന്റെ ശക്തി കുറച്ചുകാണരുതെന്നും വർഗീയ-വിഘടനശക്തികൾക്കെതിരെ കോൺഗ്രസ് വീട്ടുവീഴ്ചയില്ലാത്ത നിലപാട് സ്വീകരിക്കുകയില്ലെന്നും മുന്നറിയിപ്പുനൽകി.ജനങ്ങളുടെ അടിസ്ഥാന പ്രശ്നങ്ങൾക്ക് പരിഹാരം കാണാൻ സ്വന്തം വർഗനയം കോൺഗ്രസിനെ അനുവദിക്കുകയി ല്ലെന്നും അത് ആസന്നനാളുകളിൽ ജനങ്ങൾക്കിടയിൽ അസംതൃപ്തി ജനിപ്പിക്കുമെന്നും ഓർമ്മിപ്പിച്ചു. പ്രദേശിക പാർട്ടികൾ ദേശീയ രാഷ്ട്രീ യത്തിൽ തുടർന്നും സുപ്രധാന പങ്കുവഹിക്കുമെന്ന് വ്യക്തമാക്കി. സാമ്രാ ജ്യത്വത്തിന്റെ ആപത്തിനെക്കുറിച്ച് മുന്നറിയിപ്പ് നൽകാനും പാർട്ടി മറന്നില്ല.

പാർട്ടിയുടെ സ്വതന്ത്രശക്തി വർധിപ്പിക്കാനുള്ള പ്രവർത്തനത്തിന് പരമപ്രാധാന്യം കൽപ്പിക്കേണ്ട ആവശ്യകതയ്ക്ക് കോൺഗ്രസ് അടിവ രയിട്ടു. പുതിയ പുതിയ ജനവിഭാഗങ്ങളിലേക്ക് കടന്നുചെല്ലാനും പാർട്ടി ക്കകത്തുനിൽക്കുന്ന സാമൂഹ്യമായും സാമ്പത്തികമായും അടിച്ചമർത്ത പ്പെട്ട ജനവിഭാഗങ്ങളെ പാർട്ടിയുടെ കീഴിൽ അണിനിരത്തുന്നതിനും നിറ വേറ്റേണ്ട ചിലപ്രധാനപ്പെട്ട കടമകൾ കോൺഗ്രസ് അംഗീകരിച്ച രാഷ്ട്രീയ പ്രമേയം മുമ്പോട്ടുവെച്ചു.

ഒരു മൂന്നാം ബദൽശക്തി വളർത്തിയെടുക്കേണ്ടതിന്റെ ആവശ്യ
കത കോൺഗ്രസ് ആവർത്തിച്ചു. അതിന് ആദ്യം വേണ്ടത് ഇടതുപക്ഷ–
ജനാധിപത്യ– മതനിരപേക്ഷ കക്ഷികൾ സംയുക്ത ക്യാമ്പെയ്നുകളി
ലൂടെയും സമരങ്ങളിലൂടെയുംഅടുത്തുവരികയാണ്. ചുരുങ്ങിയത്
പ്രധാന പ്രശ്നങ്ങളിലെങ്കിലും പൊതുനയ ചട്ടക്കൂട് ഉണ്ടെങ്കിൽ മാത്രമേ
പ്രവർത്തനക്ഷമമായ ബദൽ ഉയർന്നുവരികയുള്ളൂ. ഇത് കേവലം തിര
ഞ്ഞെടുപ്പുസഖ്യം മാത്രമായിരിക്കാൻ കഴിയില്ല. ഇടതുപക്ഷ ഐക്യവും
ഇടതുപക്ഷത്തെ ശക്തിപ്പെടുത്തലും മറ്റു ജനാധിപത്യശക്തികളെ വിജ
യപൂർവം അണിനിരത്താൻ അത്യന്താപേക്ഷിതമാണ്. ആഗോളവൽക്ക
രണം, പൊതുമേഖല, സിപി ഐ (എം) നേതൃത്വത്തിലുള്ള ഗവൺമെന്റു
കൾ ആദിയായവയോടുള്ള സമീപനം കോൺഗ്രസ് ചർച്ചചെയ്തു.

18–ാം കോൺഗ്രസ് ആയപ്പോഴേക്കും പാർട്ടിയിലെ അംഗസംഖ്യ
8,67,763 ആയി വർധിച്ചു. 17–ാം കോൺഗ്രസ് കാലത്തേക്കാൾ 9 ശത
മാനം വർധനവ്. ബഹുജനസംഘടനകളുടെ അംഗസംഖ്യയിൽ ഗണ്യ
മായ വർധനവാണ് ഉണ്ടായത്. കർഷകസംഘത്തിൽ 17 ശതമാനത്തി
ന്റെയും മഹിളാമുന്നണിയിൽ 27.9 ശതമാനത്തിന്റെയും യുവജന മുന്ന
ണിയിൽ 29.9 ശതമാനത്തിന്റെയും വർധനവ്. ട്രേഡ്യൂണിയൻ മുന്ന
ണിയിലെ വർധനവ് 4.22 ശതമാനം മാത്രം.

യു പി എ ഗവൺമെന്റാവട്ടെ, അതിന്റെ ജനവിരുദ്ധനയം അഭം
ഗുരം തുടർന്നു.

18–ാം കോൺഗ്രസിനുശേഷമുള്ള കാലയളവിലും യു പി എ ഗവ
ൺമെന്റ് അതിന്റെ ജനവിരുദ്ധനയം തുടരുകയാണ്. അത് നവലിബറൽ നയ
ങ്ങൾ നടപ്പാക്കുന്നു; വിലക്കയറ്റം ത്വരിപ്പിക്കുന്ന നടപടികൾ സ്വീകരിക്കുന്നു;
നാടൻ കൃഷിക്കാർക്ക് നൽകുന്നതിനേക്കാൾ കൂടുതൽ വില നൽകി ഗോതമ്പ്
ഇറക്കുമതി ചെയ്യുന്നു; കാർഷികമേഖലയിൽ കടന്നുകയറാൻ ബഹു
രാഷ്ട്ര ഭീമന്മാർക്ക് അവസരംനൽകുന്നു; ചില്ലറ വിൽപ്പനമേഖലയിലേക്ക്
കടക്കാൻ ബഹുരാഷ്ട്രകുത്തകകൾക്ക് അനുവാദം നൽകുന്നു.; ലക്കും
ലഗാനുമില്ലാതെ പ്രത്യേക സാമ്പത്തിക മേഖലകൾ അനുവദിക്കുന്നു;
നവരത്നകമ്പനികൾ സ്വകാര്യവൽക്കരിക്കാൻ കഴിയാത്തതുകൊണ്ട് നവ
രത്നകമ്പനികളുടെ നിർവചനംതന്നെ മാറ്റാൻ ശ്രമിക്കുന്നു; പബ്ലി
ക്ക്–പ്രൈവറ്റ് പങ്കാളിത്തത്തിന്റെ പേരിൽ വിദ്യുച്ഛക്തി, ജലവിതരണം,
ആരോഗ്യം തുടങ്ങിയ നിർണായകമായ പൊതുജനോപയോഗസർവീസു
കൾ സ്വകാര്യവൽക്കരിക്കാൻ നീക്കംനടത്തുന്നു; തൊഴിൽ നിയമങ്ങൾ
പാലിക്കുന്നതിലേറെ ലംഘിക്കുന്നു; വിദേശനയത്തിന് അമേരിക്കൻ ഇംഗീ
ത്തിനനുസരിച്ച് രൂപം നൽകുന്നു; ചേരിചേരായ്മ ഉപേക്ഷിക്കുകയും
അമേരിക്കൻ പക്ഷത്ത് നിലയുറപ്പിക്കുകയും ചെയ്യുന്നു. പൊതുമിനിമം
പരിപാടി ലംഘിക്കാനും അതിൽനൽകിയ വാഗ്ദാനങ്ങൾ പാലിക്കാതി
രിക്കാനും ഗവൺമെന്റിന് യാതൊരു മനഃസാക്ഷിക്കുത്തുമില്ല.

ഇത് ജനങ്ങൾക്കിടയിൽ വ്യാപകമായ അസംതൃപ്തി ജനിപ്പിക്കു
ന്നു. ഈ അസംതൃപ്തിയുടെ ബഹിർസ്ഫുരണം വിവിധ ജനവിഭാഗ
ങ്ങളുടെ സമരങ്ങളിൽ പ്രതിഫലിക്കുന്നു. 18–ാംപാർട്ടി കോൺഗ്രസിനു

ശേഷം വിജയകരമായ രണ്ട് പൊതുപണിമുടക്കുകളാണ് നടന്നത്. ഗവൺമെന്റിന്റെ പോക്കിനെതിരെ ഇടതുപക്ഷം നൽകുന്ന മുന്നറിയിപ്പു കൾ പലതും അവഗണിക്കപ്പെടുകയാണ്.

ഇതിനിടയിലാണ് ഇന്ത്യയെ അമേരിക്കയുടെ തന്ത്രപരമായ സഖ്യത്തിൽ പങ്കാളിയാക്കുകയെന്ന ലക്ഷ്യത്തോടെ അമേരിക്കയുമായി ചേർന്ന് ഇന്ത്യാ ഗവൺമെന്റ് ഒരു ആണവകരാറിൽ ഒപ്പിടുന്നതിനുള്ള നീക്കം ത്വരിത പ്പെടുത്തിയത്. അതിനുവേണ്ടിയുള്ള നീക്കം 2005 മുതൽ തുടങ്ങിയതാ ണ്. 2005ൽ ഇന്ത്യൻ പ്രധാനമന്ത്രിയും അമേരിക്കൻ പ്രസിഡണ്ടും ഇറ ക്കിയ സംയുക്ത പ്രസ്താവനയിലാണ് ആണവകരാർ എന്ന ആശയം മുമ്പോട്ടുവെക്കപ്പെട്ടത്. അതുമുതൽ അതിനെ ഇടതുപക്ഷം നിരന്തരം എതിർത്തുപോന്നു.അങ്ങനെയൊരു കരാർ ഒപ്പിടരുതെന്ന് അവർ ഗ വൺമെന്റിനോട് ആവശ്യപ്പെട്ടു. അത് പൊതുമിനിമം പരിപാടിയുടെ അന്തഃ സത്തക്ക് വിരുദ്ധമാണെന്ന് അവർ ചൂണ്ടിക്കാട്ടി. എന്നിട്ടും സ്വന്തം നില പാടിൽ ഉറച്ചുനിന്ന യുപി എ ആണവകരാറിൽ ഒപ്പിടുന്നതിനുള്ള നീക്കം ശക്തിപ്പെടുത്തുകയായിരുന്നു. ഈ സാഹചര്യത്തിലാണ് ആണവപരി പാടിയുമായി മുമ്പോട്ടുപോയാൽ ഗവൺമെന്റിനുള്ള പിന്തുണ പിൻവ ലിക്കുമെന്ന് ഇടതുപക്ഷം പ്രഖ്യാപിച്ചത്. ഇതൊരു ഗുരുതരമായ രാഷ്ട്രീയപ്രതിസന്ധി സൃഷ്ടിച്ചു. ഗവൺമെന്റ് തങ്ങളുടെ നിലപാടിൽനിന്ന് പിന്നോട്ടുപോയതോടെ ആ പ്രതിസന്ധി തൽക്കാലം ഒഴിവായിരിക്കുകയാണ്. എങ്കിലും അമേരിക്കൻസമ്മർദം തുടരുന്നുണ്ട്. ഇത്തരമൊരു ഘട്ടത്തി ലാണ് സി പി ഐ (എം) പത്തൊമ്പതാം കോൺഗ്രസിന് തയ്യാറെടുക്കുന്നത്.

പതിനെട്ടാം പാർട്ടി കോൺഗ്രസ് ജനറൽസെക്രട്ടറിയായി
തെരഞ്ഞെടുത്ത പ്രകാശ്കാരാട്ട്